TỦ SÁCH SONG NGỮ

Cùng vầng trăng soi

*Thanh Tịnh Liên
Thích Nữ Chân Thiền*

With the shining moon

Translated by Nguyên Giác

THIỀN VIỆN
SÙNG NGHIÊM

CÙNG VẦNG TRĂNG SOI
của tu sĩ **Thanh Tịnh Liên Thích Nữ Chân Thiền**
Chuyển ngữ: **Nguyên Giác**
Trình bày: **Vũ Đình Trọng**

Bản quyền thuộc về **THIỀN VIỆN SÙNG NGHIÊM**, USA
11561 Magnolia Street, Garden Grove, CA 92683
Điện thoại (714) 636-0118
Email: sungnghiem@hotmail.com
Website: thienviensungnghiem.com

WITH THE SHINING MOON
Nun **Thanh Tịnh Liên** and **Thích Nữ Chân Thiền**
Translated by **Nguyên Giác**
Layout by **Vũ Đình Trọng**

Copyright 2025 by **SUNG NGHIEM Zen Center**, USA
11561 Magnolia Street, Garden Grove, CA 92683
Phone: (714) 636-0118
Email: sungnghiem@hotmail.com
Website: thienviensungnghiem.com

Lời Giới Thiệu

Đạo Phật đã vào Việt Nam từ mấy ngàn năm qua. Những buồn, vui, thương, ghét đã ở sâu trong buồng gan lá phổi, đã nằm lại đó trong óc, trong tim, đã thấp thoáng trong đôi mắt xa vắng nhìn trời, đã hòa điệu trong hơi thở có cùng đời sống.

Lịch sử của nền Đạo cao siêu bắt đầu từ những giọt lệ tủi thân của Tiên A Tư Đà, xót xa vì tuổi già bất hạnh không còn sống để kịp nhìn thấy sự thành tựu của Người Giác Ngộ.

Thái Tử Tất Đạt Đa sau sáu năm tu khổ hạnh ở rừng già, sau bốn mươi chín ngày đoan tọa nhập dưới cội Bồ Đề đã chứng thành Đạo lớn. Từ đấy, dấu chân hoằng hóa đã in khắp chốn. Pháp Âm đã lay động vạn loại hữu tình. Ánh Đạo rải khắp chốn trần gian. Diệu Pháp chảy về phương Đông thấm vào cảnh thổ Việt Nam, sống giữa lòng người, giao hòa ấm áp đã tròn hai niên kỷ, đã khiến cho nhà thơ Trúc Diệp đã ngợi ca:

"Trải mấy nghìn thu giữ trọn màu

Ái ân thêm nặng gánh thương đau

Nên chi vườn đã phô hương thắm

Khắp bến trần gian vạn kiếp sau..."

Trên bến trần gian Việt, giữa trái tim người Nam, những lúc còn vào ra giữa một đôi thế kiếp phàm tình vẫn muốn mượn sắc màu bát ngát của Đạo mà phô diễn lượng sống bất

Introduction

Buddhism has been present in Vietnam for thousands of years. Emotions such as sadness, joy, love, and hate have deeply permeated the liver and lungs, lingering in the mind and heart. They flicker in the distant eyes gazing at the sky and harmonize within the breath of life of the Vietnamese.

The history of the sublime religion began with the tears of compassion from the hermit ascetic Asita, who was sorrowful due to his unfortunate old age and lamented that he could not witness the achievements of the Enlightened One.

After six years of ascetic practice in the jungle, Prince Siddhartha attained great Enlightenment after sitting in meditation under the Bodhi tree for forty-nine days. From that moment on, his teachings have left an indelible mark everywhere. The sound of the Dharma has touched countless sentient beings, and its light has spread throughout the world. The profound teachings of the Dharma have flowed to the East, permeating the Vietnamese landscape and residing in the hearts of the people in warm harmony for two thousand years. This enduring influence inspired the poet Trúc Diệp to express his admiration as follows:

"Through countless autumns, I have embraced the Dharma wholeheartedly,

tuyệt của Đời. Ở nơi người đã xuất gia làm tu sĩ gần như lúc nào cũng sẵn mang thêm một tâm hồn thơ. Sư Cô Tịnh Liên của hôm nay cũng không là một ngoại lệ:

"...Phật Pháp đâu rời pháp thế gian

Sợ gì chẳng bỏ chớ than van..."

Sư Cô đã nói như thế khi đưa tập thơ của Sư Cô cho tôi viết đôi lời giới thiệu.

Tối mồng 6 tháng 7 Canh Thìn, tôi đến làm Lễ Vu Lan ở San Jose và sau đó ghé thăm chùa Liễu Quán. Trên đường về, đi trên xa lộ thênh thang, tôi thấy một vầng trăng non đang hiển hiện giữa trời. Đêm mát dịu, không gian trong vắt và bao la, trăng non là ảnh tưởng xui tôi liên tưởng tới mấy dòng thơ còn mới và trẻ của Sư Cô Tịnh Liên.

Thơ là lời hát của một tấm lòng. Lời hát ấy được ướp tẩm trong mùi hương bao la của Đạo. Chừng đó cũng đủ để chúng ta gần gũi với một tập thơ mới và một người thơ mới: Sư Cô Tịnh Liên.

Los Angeles, Vu Lan Canh Thìn - 2544

Huyền Không

striving to avoid the debts of love that lead to suffering.

Now, I observe flowers blooming in the garden, spreading the fragrance

of the Dharma to all corners of the secular world for countless future lives."

In the earthly realm of Vietnam, the Southern people desire to draw upon the infinite hues of the Way to express the boundless essence of life, even while navigating the cycle of mortal existence. In the environment where one embraces monasticism, a poetic spirit often flourishes. Bhikkhuni Tịnh Liên, in contemporary times, is no exception.

"*The Buddha Dharma is not distinct from worldly Dharma.*

Do not be afraid to let go; do not lament."

The nun said that when she gave me her book of poems, I should write a few words of introduction.

On the evening of the sixth day of the seventh month of the Canh Thìn lunar year, I celebrated the Vu Lan Festival in San Jose and then visited Liễu Quán Pagoda. On my way back, while driving on the expansive highway, I noticed a crescent moon rising in the sky. The night was cool, the atmosphere was clear and vast, and the crescent moon evoked thoughts of some fresh and youthful poems by Bhikkhuni Tịnh Liên.

Poetry is the song of the heart, imbued with the profound fragrance of the Dharma. This essence draws us closer to a new collection of poems and a remarkable poet: Bhikkhuni Tịnh Liên.

Los Angeles, Vu Lan, Canh Thìn - 2544

Huyền Không

Xin Tha Thứ

Tôi đây Thanh Tịnh Liên
Thơ tập làm chưa quen
Nhịp điệu đều sai trật
Lỗi lầm tất tự nhiên

Cúi xin người dậy khuyên
Những phép tắc chưa chuyên
Chỉ cốt tìm thật lý
Nhịp điệu, vần xin quên

Cúi xin người chỉ khuyên
Đạo lý chưa tròn viên
Lỗi lầm nào chẳng vẹn
Xin cải hoán chuyển liền

Cúi xin người bảo khuyên
Tha thứ chỉ tầm lý
Hiểu chân ý bỏ lời
Chung nét đẹp cho đời.

Please Forgive Me

Here I am, Thanh Tịnh Liên, still learning
to write poetry. I am not yet familiar with the craft,
so my rhythm may be off,
and mistakes are to be expected.

Please advise and identify
the unprofessional practices.
Let's set aside rhythm and meter;
I am solely interested in discovering the True Principle.

Please advise me on the
incomplete reasons of the Way.
I will correct any inadvertent
mistakes that remain.
Please advise me on the principles of the Way
so that I can grasp the true meaning
without becoming attached to the words,
enabling me to contribute to the beauty of life.

Sám Hối

Con quỳ đậy sám hối, chư Phật, Tổ, mười phương
Lý, sự con tạm vạch, giúp ai người đáng thương
Trung, thượng căn nào dám, duy người còn tối tăm
Nên con xin sám hối Thầy, Phật, Tổ muôn phương

Repentance

I kneel and repent before the Buddhas and Patriarchs in all ten directions.

I would like to highlight the principles and phenomena that can assist those in need.

I hesitate to engage with those in the middle and upper levels. My focus is solely on assisting those who remain in the dark.

Therefore, I repent before the Teacher, the Buddhas, and the Patriarchs in all ten directions.

Phật Giáo Kỳ
(phổ nhạc)

Đây Phật Giáo kỳ tung bay phất phới
Đây Ánh Đạo Vàng soi sáng muôn nơi
Ấn Độ, Việt Nam, hoàn cầu, thế giới
Chúng ta đón chào chân lý sáng ngời

Chào Phật Giáo kỳ rực rỡ, sáng tươi
Mừng đường giải thoát khổ đau, luân hồi
Ghi ân giáo pháp, Đức Phật tuyệt vời
Quyết thề nối bước chân ngài người ơi!

Đây Phật Giáo kỳ tung bay trước gió
Vi diệu, nhiệm mầu trước mắt ai ơi!
Gió hát, người ca vang tận chân trời
Linh diệu cờ, người, đồng Một Thể thôi

Buddhist Flag
(with music)

This is the Buddhist flag fluttering in the breeze.

It represents the Golden Light of the Dharma, shining universally.

From India to Vietnam and across the globe,

we embrace the illuminating truth.

Let us salute the bright and radiant Buddhist flag. L

et us joyfully walk the path of liberation to transcend suffering and samsara.

Let us express our gratitude for the Dharma and the remarkable Buddha.

Let us pledge to follow in his footsteps.

This is the Buddhist flag, fluttering in the wind,

revealing its miraculous and mysterious significance before our eyes.

The wind sings, the individual joins in song, and the sound resonates far and wide to the horizon.

Remarkably, both the flag and the person saluting it share the same essence.

Cờ là cờ, cờ lay, cờ lay...
Cờ là cờ, cờ bay, cờ bay...
Cờ tung bay, cờ tung bay vui thay!

Lễ đón chào uy nghi ánh sáng ngời
Phật Giáo kỳ, cờ siêu việt hình tướng
Phấp phới mà vừa thanh tịnh, siêu thay!

The flag is the flag; it is waving, it is waving...
The flag is the flag; it is flying, and is flying...
The flag is waving; how delightful it is!

The majestic salute radiates with light.
The Buddhist flag is a symbol that transcends form,
fluttering gracefully while remaining pure—how sublime!

Lối Về Nguồn

Tám tư ngàn pháp môn, khai ngộ chúng sinh
Phương tiện Phật dạy, sao thoát khỏi điêu-linh
Vì nghiệp chướng, căn cơ, cao, thấp chẳng đồng đều
Nên thiên biến vạn hóa, tùy duyên khéo độ quần sinh

Chọn đúng lối về, nhanh, dễ vẫn hơn
Mau, chậm về nguồn tùy ở pháp môn
Đừng tu nhiều đời, loanh quanh luẩn quẩn
Đừng tốn thời gian trở lại cô thôn!

Dù pháp môn nao, dù giáo môn nào
Mục đích giác ngộ, giải thoát lao đao
Chuyển hóa thức tâm, toàn tri kiến Phật
Sáng soi mặt trời! Tĩnh lặng làm sao!

The Way Back To The Source

The eighty-four thousand Dharma doors exist for the enlightenment of sentient beings.

They are all skillful means taught by the Buddha to help us escape suffering.

Because of karmic responsibility, the roots—both high and low—are not equal.

Therefore, there are thousands of differences depending on the conditions, all skillfully aimed at saving sentient beings.

Choose the best route home; a quick and easy option is preferable.

The speed at which one returns to the source—whether quickly or slowly—depends on the Dharma method.

Do not spend countless lifetimes wandering in circles.

Don't waste time returning to the desolate village!

Whatever the Dharma, whatever the teachings.

The goal of enlightenment is liberation from suffering.

Transform your consciousness into the Buddha's perception and understanding.

Dù động, dù tịnh, quy về một mối
Một mối vượt nốt là hết lôi thôi
Vượt cả sắc, không, vượt ngoài sinh tử
Chân không là đây, Diệu Hữu chẳng rời!

Không vật không tâm dứt sạch nghiệp sâu
Thiền tham công án hay tham thoại đầu
"Phật Thừa," Chân Như là đây tuyệt đối
Viên mãn thật tưởng, vô chứng, vô cầu

Chẳng pháp môn nào mà không nhiệm mầu!
Khó, dễ, nhanh chậm thời gian bao lâu
Siêng năng, chân tu một đời là đủ
Công án, thoại đầu miên mật về mau

The sun is shining! How peaceful it is!

Whether in motion or at rest, all Dharma practice ultimately converges at a single point.

Overcoming one obstacle will eliminate all hardships.

It is beyond form and emptiness, beyond birth and death.

True emptiness is present; Wonderful Existence does not fade away!

By recognizing that there are neither objects nor a mind, you will transcend all profound karma.

Meditate on koans or meditate before engaging in thought.

Buddha Vehicle, True Suchness, is unequivocally present here.

See the complete and true nature; then there is no need to seek or request anything.

Every Dharma door is truly miraculous!

Don't worry about whether it is difficult or easy, fast or slow.

If you diligently practice in this one life, it is sufficient to attain liberation.

Whether you meditate on koans or Hua Tou diligently, progress will come swiftly.

Tại Sao Bồ Đề Đạt Ma Đến Từ Thiên Trúc

Tự Tánh Bồ Đề tức Đạt Ma
Ngút ngàn, muôn dặm ngại gì xa
Mang gì Phật sự từ Thiên Trúc?
Vượt biển, trèo đèo đến Trung Hoa

Vất vả, lao đao Tổ Đạt Ma!
Phật sự có chi mà lo quá
Vượt biển, trèo đèo xa như vậy
Chỉ Một Chiếc Giày, quẩy Ha! Ha!

Why Bodhidharma Came From India

The self-essence of awakening is Bodhidharma.
He traveled thousands of miles, undeterred by the distance.
What teachings of the Buddha did he bring from India?
He crossed the sea and ascended the mountain pass to China.

Bodhidharma had to endure significant challenges and hardships.
Those who serve Buddha have nothing to fear.
He crossed the sea and climbed the mountain pass,
but later generations only saw one shoe on his shoulder. Ha! Ha!

Đóa Ưu Đàm

Chư Tôn Giáo Phẩm,
Chư Tăng Ni cùng khắp mười phương
Nhất Thừa Tuyệt Đối,
một hạnh bình đẳng khó khôn lường
Dù lạ, dù quen, tăng già hòa hợp chung mục đích
Cùng nguồn, cùng cội,
cùng Đóa Ưu Đàm tỏa ngát hương.

Udumbara Flower

The Venerable Ones in the Sangha,
including monks and nuns from all ten directions,
embody the Absolute One Vehicle,
collectively cultivating the challenging path of equality.
Regardless of their familiarity with one another,
the Sangha is united in a shared goal, drawing from the same source, the same root,
and the same Udumbara flower that exudes its fragrance.

Phật Thừa
(phổ nhạc)

Trì Chú, niệm Phật, Câu Thoại Đầu, Công Án
Pháp môn nào chẳng là châu ngọc, trầm, lan
Quán, Chỉ, Thiền đều tám bốn ngàn môn pháp
Chỉ phương tiện thôi, mà thoát khỏi gian nan

Nhất Thừa Tuyệt Đối sao còn kém, còn hơn?
Sao còn so sánh, còn nhị biên nhỏ, lớn!
Nhưng vì tùy nhân duyên, căn cơ, nghiệp chướng
Chứ chẳng pháp môn nào cao, thấp, kém, hơn

The Buddha Vehicle
(with music)

You can either recite the mantra or chant the Buddha's name, reflect on before the words, or meditate on the koan.

Every Dharma door is a pearl, agarwood, and orchid.

Contemplation, concentration, and meditation offer eighty-four thousand Dharma doors.

All of these are merely means to help escape from suffering.

The One Vehicle is absolute; therefore, there is neither inferior nor superior.

If you continue to compare, you will remain trapped in the dualism of small and large.

However, it is contingent upon various causes and conditions, as well as roots and karma.

There is no Dharma that is considered high, low, inferior, or superior.

Tiểu, Trung, Đại Thừa hay dù Tối Thượng Thừa
Chân thật nghĩa "Phật Thừa;" Ai thấu cho chưa?
Hình tướng, danh từ gây oan khiên, nghiệp chướng
Phương tiện dùng xong, thôi buông bỏ, "không chừa"

All vehicles, whether small, medium, large, or supreme,

ultimately lead to the true meaning of the Buddha vehicle. Has anyone encountered it?

Images and names can lead to injustice and negative consequences.

Once the means have been utilized, let go and do not cling to them.

Niệm Phật
(Phổ nhạc)

Niệm Phật nhất tâm khác gì công án
Đi, đứng, nằm, ngồi không rời, không nản
Ăn, nghỉ, làm việc không chi ngăn cản
Khẩn trương, vội vàng vững một niệm thôi

Niệm niệm không ngưng, không vọng, không cầu
Niệm niệm không ngừng, chẳng quản dài lâu
Niệm không tán loạn, suốt mãi canh thâu
Niệm thanh tịnh niệm, là thấy nhiệm mầu

Reciting Buddha's Name
(With music)

Reciting the name of Buddha with a focused mind is no different from meditating on a koan.

When walking, standing, lying down, or sitting, recite without stopping and without becoming discouraged.

When eating, resting, or working, nothing can prevent you from reciting.

Urgently and firmly hold on to a single thought.

Recite without interruption, without delusion, and without seeking.

Recite continuously, without interruption, regardless of their duration.

Recite without distraction throughout the night.

By reciting to purify your thoughts, you will witness miracles.

Niệm từng hơi thở, hoa sen đang nở
Niệm từng Sát Na, Diêm Vương phải xa
Niệm không đứt đoạn, vượt cõi Sa Bà
Toàn thân đồng niệm, đã trở về nhà

Khai thị muôn loài, một tiếng Di-Đà
Niệm nhỏ, to, tiếng Ca-Lăng Tần-Già
Vũ Trụ này, ngay từng câu niệm rõ
A-Di-Đà Phật; Nam-Mô Di-Đà

Recite mindfully with each breath; the lotus is blooming.

Recite mindfully in every moment; the King of Hell must be far away.

With unwavering mindful recitation, transcend the realm of Samsara.

The entire body mindfully recites and has returned home.

Preach the Dharma to all beings by reciting the sound of Amitabha.

Softly or loudly, hear in your recitation the sound of the Kalavinka bird.

Listen to this universe in every clear recitation.

Amitabha Buddha; Namo Amitabha.

Tụng Kinh
(Phổ nhạc)

Hỏi Kinh ai tụng mà như dội thấu tận tâm can?
Tụng rõ như khai thị, khiến ta tỉnh mộng mỏ màng
Dù bạc vàng, châu báu chất đầy mười phương thế giới
So làm sao, sánh thế nào, với Bảo Pháp Phật ban?

Ôi! Càng nghe Kinh, càng thẩm, lại càng thấy bàng hoàng
Kinh như tiếng sét: "Thức tỉnh và thúc dục oang oang...
Thiết tha gọi con: "Mau thoát khỏi ngôi nhà lửa cháy!"
Sinh Tử, Luân Hồi nào khác gì: "Nhà cháy toang hoang!"

Reciting Sutra
(With music)

Who chants the sutra that resonates deeply within my heart?

The words are chanted as clearly as a sermon, rousing me from my dream.

Even if silver, gold, and jewels filled all ten directions of the world,

they cannot compare to the Dharma that the Buddha imparts.

Oh! The more I listen to the Sutra, the better I understand it, and the more I am astonished.

The Sutra awakens and urges all living beings

to swiftly escape from the burning house.

Birth and death, like samsara, are no different from a house on fire!

Tụng lời Kinh xưa mà tụng rõ từng câu, từng hàng
Tụng không vội vàng, mà chú ý từng chữ, từng trang
Người tụng và câu Kinh, sao cho dung thông, hiệp nhất
Khai ngộ ta, người trong Đệ-Nhất-Nghĩa Ánh-Từ- Quang

Tụng lời Kinh xưa mà tụng rõ tưởng chữ, từng câu
Chú ý từng nghĩa, từng lời mà tâm không mong cầu
Người tụng và câu Kinh, sao cho thấu thông, đồng nhất
Khai ngộ ta và người trong Đệ-Nhất-Nghĩa thâm sâu.

When reciting the ancient sutras, articulate each sentence and line clearly.

Recite slowly, paying attention to each word and each page.

The individual reciting the sutra and the sutra itself must be in harmony and unity

to enlighten both ourselves and others in the First Meaning of Compassionate Light.

When reciting the ancient Sutras, articulate each word and sentence clearly.

Observe each word's meaning objectively and without any preconceived notions.

We should comprehend and harmonize the reciter and the Sutra

to illuminate ourselves and others in the profound First Meaning.

Trì Chú
(Phổ nhạc)

Đọc nhỏ, niệm to, hay chỉ đọc thầm
Trì không gián đoạn, không loạn, vọng Minh Tâm
Trì rõ ràng, dù nguy nan hay cấp bách
Linh diệu, tuyệt vời hỏi sao quá thậm thâm?

Miệt mài trì thôi, đứng quản ngại mau lâu
Thanh tịnh, kiên trì mà tâm không mong cầu
Trì đến khi nào chú và ta đồng nhất
Sẽ thấu chú là chi? Siêu việt, nhiệm mầu

Chanting Mantra
(With music)

Recite softly, chant loudly, or read silently.

Recite without interruption, confusion, or distraction, and with a clear mind.

Recite the mantras clearly, whether you are in danger or facing a time-sensitive situation.

Why is it so profound? It's both miraculous and wonderful.

Please recite the mantra diligently, and don't be concerned about the time it takes.

Be pure and steadfast in your recitation of the mantra, free from any desires in your mind.

Recite the mantra until you and the mantra become one;

then you will understand its essence: transcendent and miraculous.

Như gươm kim cương dẹp phiền não, vô minh
Hữu tình dung thông, cũng gồm cả vô tình
Đêm ngày chuyên chú, chẳng mảy may loạn tán
Mười phương, ba cõi, phải siêu phàm Tính Linh?

Trì đến độ ta là chú, chú là ta
Quỷ bay, ma chạy, Diêm Vương hàng, bỏ xa
Đại địa, sơn hà chỉ trong một câu chú:
"Úm Ma Ni Bát Minh Hồng... hồng... Úm Ma...

It is like a diamond sword that dispels afflictions and ignorance.

We interconnect all sentient beings, even the insentient ones.

Day and night, I recite the mantra without the slightest distraction.

The ten directions and the three realms must represent the transcendental Spirit.

Recite the mantra until I become the mantra and the mantra becomes me.

Then the demons will take flight, the ghosts will flee, and the King of Hell will surrender, vanishing into the distance.

The Earth, the mountains, and the rivers are encompassed in a single mantra:

Om Mani Padme Hum... hum... Om Mani...

Lễ Sám Hối
(Phổ nhạc)

Lạy sám hối, trăm lẻ tám Hồng Danh
Thận trọng, nhịp nhàng, đừng vội, đừng nhanh
Ngũ Bách Danh, Tam Thiên hay Vạn Phật...
Lạy lễ miệt mài, nghiêm trọng, tinh anh

Chú ý từng lễ, vừa đẹp, vừa thanh
Từ thô-động đến tế-vi cũng rành
Năng lễ, sở lễ, Tính-Không đồng thể
Trời đất gom tròn, một lễ "Hồng Danh"

Ritual Of Repentance
(With music)

Bowing in repentance, the one hundred and eight Holy Names

Carefully, rhythmically, neither hastily nor quickly.

Five Hundred Names, Three Thousand, or Ten Thousand Buddhas...

Bowing diligently, earnestly, and with eloquence.

Pay close attention to every gesture in the ritual, both beautiful and heartfelt.

From the gross to the subtle, everything exists in the realm of mindfulness.

The one who bows in the ritual and the holy one to whom the bowing is directed are united in the Emptiness.

Heaven and Earth unite, bowing before the Holy Name.

Lễ thể "Chân Sám," mỏi vượt từ sanh
Lạy không vọng niệm, hồi trong, hối lành
Cũng chẳng cầu mong, cũng không chấp chước
Cũng không sự nghiệp, ngọc ngà long lanh!

Khi hối lạy mà "Thân Tâm đồng nhất"
Đất chuyển, rung trời, thấu suốt từng xanh
Thôi giã từ nghiệp chướng, đời mong manh
Lỗi tận, tội tiêu, Vạn Đức viên thành

Repentance can lead individuals beyond the realms of life and death.

Bows while releasing false thoughts, purifying the mind.

Without any desires, without any attachments.

Cling neither to a career nor to sparkling jewelry.

When you bow and repent, maintaining unity between your body and mind, you will witness the earth tremble, the sky quiver, and gain insight into distant realms.

Say goodbye to karma and the delicate nature of life.

Repent so that your past sins may be gone and countless blessings can be bestowed upon you.

Chân Sám Hối
(Phổ nhạc)

Quỳ sám hối, con xin Phật, Chúa rủ lòng thương
Cầu tha tội con, để rũ sạch mọi tai ương
Nương theo Đạo, con quyết tâm thành xin sám hối
Sợ sa địa ngục, mất hồn, mong mảnh hồn sương
Tội bại hoại gia phong, tội đảo lộn luân-thường
Tội đến Diêm-Vương còn kinh hãi, treo làm gương

Nhưng chân hối cải nào chẳng rúng động mười phương
Mọi tội lỗi vơi đầy, xin dốc lòng sám hối
Tội biết bao đời, kế tiếp tội này đậy thôi
Ôi tội của con giăng khắp chốn, ngập chân trời!
Ngạo mạn, bất hiếu, vọng ngữ, bội bạc, khởi khởi
Không còn Đạo Lý, Kỷ Cương, Đức Hạnh trên đời!

Truly Repentance
(With music)

I kneel down and repent, begging Buddha and God for mercy

to forgive my sins and wash away all my misfortunes.

Following the Way, I am committed to sincerely repenting,

as I fear falling into hell and becoming a fragile dew.

Please forgive me for all the sins of destroying family traditions, the sins of undermining morality,

and the sin that even the King of Hell fears—hanging people as a warning.

A heartfelt repentance will resonate throughout all directions,

causing all sins to vanish. I genuinely repent.

I repent for the sins I have carried over many lifetimes in this life.

Oh, my sins are everywhere, stretching across the horizon!

Arrogance, rather than falsification, lying, or ingratitude, offers no excuses.

I repent for anything that goes against morality, discipline, and virtue in this world.

Nhưng: Niệm niệm vô minh quay về toàn chân-cải-hối
Hỏi: Chân nghĩa sám hối nào chẳng rúng động muôn phi
Nên: Bỗng nhiên Tâm con bừng như ánh sáng Thái Dương
Lòng con thanh, dạ con ngát tựa một bông hưởng

Thế mới biết: Khi nhất dạ, nhất tâm hoán cải hết lỗi mình
Là hóa chuyển tội rồi, và chuyển cả vô minh
Tội tự tiêu, lỗi tan tành dù cao hơn núi
Thanh tịnh Tâm này là toàn vũ trụ linh, linh...

Every thought rooted in ignorance should inspire sincere repentance.

The true meaning of repentance will resonate in all directions.

The light of repentance illuminates my mind,

purifies my heart, and makes my thoughts fragrant.

Only then will we understand that by focusing on repenting for our mistakes,

we can transform our sins and eliminate our ignorance.

Sins will vanish on their own, even if they are greater than mountains.

A pure mind reflects the brilliance of the entire universe.

Thọ Bát Quan Trai
(Phổ nhạc)

Thọ Bát Quan Trai, sáng đẹp tựa sao mai
Tập xuất-gia cần-chuyên, nghiêm-trọng miệt-mài
Phiền-não bên ngoài, tạm gác qua một buổi
Trai giới một ngày, tôi học hạnh Như-Lai

Không đua tranh, cũng không còn đúng với sai
Không tị-hiềm, cũng không còn hn thua ai
Giới, Định, Huệ, mục-tiêu là nhân giải-thoát
Một ngày tu thôi, mà phiền-phức dần phai

Obtaining The Eight Precepts
(With music)

Observing the Eight Precepts, my mind shines brightly, beautiful like the morning star.

I practice renunciation with diligence; I am both serious and committed.

I temporarily set aside external afflictions.

By observing the precepts for a single day, I gain insight into the conduct of the Tathagata.

There is no competition; I also do not dwell on concepts of right and wrong.

I feel no jealousy; I do not wish to win or lose to anyone.

The precepts, concentration, and wisdom are the keys to liberation.

Just one day of practice, and troubles gradually fade.

Ôi tuyệt-vời thay là Thọ Bát Quan Trai!
Tịch-thanh, thanh-tịnh quả một mà không hai
Trai giới trì, còn gì oan-khiên, nghiệp-chướng!
Hỏi hồng trần nào còn trĩu-nặng đôi vai?

Nếu tiếp tu thôi, chắc sinh tử tiêu-tai
Nếu tiến tu hoài, ắt sẽ thấy Bản-Lai
Nếu muốn giã từ mọi trần-lao oan-trái
Chỉ tu, tu rồi, Ồ xem: "Tôi là ai?"

Oh, how wonderful it is to receive the Eight Precepts!

Silent and pure, the outcome is singular, not dual.

By adhering to the precepts, one can alleviate the burden of grievances and karma.

In what world does one still carry a heavy burden on their shoulders?

If you continue to practice diligently, you will undoubtedly transcend the cycle of birth and death.

If you continue to practice, you will undoubtedly discover your original face.

If you wish to escape all the suffering in the world,

simply practice and reflect on the question, "Who am I?"

Cúng Dường
(Phổ nhạc)

Việc bố thí cúng dường đẹp tựa ánh Thái Dương
Khiêm cung, trang trọng, một dạ chân thành dễ thương
Đừng chấp chước công này to, của tôi thật lớn
Nhưng: Không bằng tâm thành, của chỉ một đồng còn hơn

Mong cầu đổi chác trong việc bố thí cúng dường
Ngã, pháp trụ chấp, tập khí còn chưa xã-buông
Không Ba-La-Mật, không phải chân cúng dường bố thí
Còn ta cho, người nhận, còn mọi đường vấn vương

Offering
(With music)

The act of giving alms is as beautiful as the rays of the sun.

Modest, dignified, sincere, and lovely.

With my heart detached from this remarkable work, my contribution is truly exceptional.

With a sincere heart, even a single coin donated is more valuable than anything else.

If anyone seeks to exchange something in return for giving alms, they remain attached to their ego and the actions performed, indicating that they have not yet relinquished worldly habits.

If one does not uphold the Paramita Dharma, then it cannot be considered true almsgiving.

Whoever still perceives a distinction between the giver and the receiver remains trapped in all paths.

Ba-La-Mật mới chân thật bố thí cúng dường
Công, của dù nhỏ mà tỏa ngát trọn hoa hương
Không năng, không sở cũng chẳng vật gì bố thí
Chỉ một tâm này, đồng thanh tịnh khắp muôn phương

Paramita is the genuine offering of alms.

The merit and the gift, though modest, spread various flowers and fragrances.

I do not see the giver, I do not see the receiver, and I do not see anything being given.

There is only one mind, equally pure in all directions.

Công Quả
(Phổ nhạc)

Khi làm công quả, ta đừng kể công
Chấp chước công lao, công tựa như không
Chỉ nên tận lực, dù việc lớn bé
Chăm chú, cần cù, việc như gấm, bông

Tôi là việc, mà việc cũng là tôi
Việc, tôi nhập một, vui làm như chơi
Ngoại cảnh chẳng màng, vọng tâm tự lặng
Làm không người làm, ồ Tuyệt đối thôi!

Volunteer Work
(With music)

When engaging in volunteer work, refrain from boasting.

Clinging to your merit will yield no beneficial results.

Just do your best, regardless of the size of the task.

Be attentive and diligent, and your work will be as beautiful as silk and flowers.

I am the work, and the work is also me.

When I become one with my work, it becomes as enjoyable as playing.

The outside world is not a concern; the mind is naturally at peace.

Doing without the doer? Oh, absolutely!

Làm Ba-La-Mật, thật là công-quả
Siêu công-quả này, sinh tử phải qua
Không chấp chước, không cầu mong, đổi chác
Tiếp-tục lâu dài, hoa nở không xa

Làm công quả, mà chấp chước, mong cầu
Chỉ được phước báu, kiếp sau sẽ giàu
Công danh, sự nghiệp, tuy giàu sang thật đó
Nhưng không giải thoát, luân hồi, khổ đau!

Doing with the Paramita is the true path to merit.

We must transcend this super merit, just as we do birth and death.

There is no attachment, no desire, and no exchange.

The flower will continue to bloom for a long time, not far away.

You will only receive blessings and wealth in the next life

if you perform acts of volunteerism, become attached to them, and desire recognition.

While fame and career may bring material riches,

they do not free you from the cycle of reincarnation and suffering.

Hằng Nga Vẫn Đây Chờ
(Phổ nhạc)

Mặt nặng, mặt nhẹ, khi làm công quả
Mặt nặng nhẹ, khi bố thí cúng dường
Chỉ tạo thêm nghiệp, cái nghiệp sầu thương
Hỏi làm sao mà hội nhập chân thường?

Nào ai bắt, nào ai cột chói mình!
Mình tự mình, trong phân-biệt trọng-khinh
Đừng điên đảo viện cớ này, cớ khác
Vượt ra ngoài biên-kiến với nhục-vinh

Thôi đừng nên, đừng chụp mũ những ai
Tính toán so đo, hai một, một hai
Nào hởn thiệt, nào ghét-ghen tranh-chấp
Hỏi: "Thói-hư này, nào có trong Bản Lai?"

The Moon Is Still Here, Waiting
(With music)

If you wear a frowning expression while engaging
in volunteer work or while giving alms,
you may inadvertently cultivate more karma associated with sorrow.
So, how can you access the true and eternal Dharma?

There is no pressure or confinement on you because
you insist on distinguishing between respectable and contemptible.
Do not make the mistake of offering excuses.
Rise above attachments to what is shameful and what is honorable.

Don't speak ill of or label others.
Avoid calculating, comparing, or feeling jealous.
Instead, ask yourself:
how can negative habits coexist with your true nature?

Vọng-tưởng, thành-kiến buộc-chói thảm-thê
Ngụp lặn tử-sinh, phiền-não ê-chề
Mình không thanh tịnh, tưởng ại cũng thế
Vô-minh lạc lối, mù tối quên về!

Trăng bao giờ mở mà mãi trong mở
Mở mắt thôi, Hằng Nga vẫn đây chờ
Khờ dại gì mà khư khư trụ chấp!
Trăng, trăng đầy, trăng thêu dệt nên thơ.

Delusions and prejudices bind us in misery, causing us to sink into cycles of life and death, suffering and humiliation.

Because we are not pure, we assume that others are not either.

Ignorance leads us down lost paths, while blindness causes us to forget how to return.

The moon is always bright, never dim.

Open your eyes and see; the moonlight is still here, waiting.

It's foolish to cling to old habits.

The moon—the full moon—wrote poetry.

Thiền Chấp Tác
(Phổ nhạc)

Huấn luyện thực hành chẳng nên chọn lựa
Chẳng thành-kiến mà cũng chẳng ghét-ủa
Việc nặng, việc nhẹ, chẳng nên so sánh
Chẳng chi tị-hiềm, cũng chẳng tranh-đua

Không yêu người này, kỳ thị người kia
Không vị kỷ, mà cũng không phân chia
Không tác ý việc cao, hay việc thấp
Không quá vồn vã, không khinh rẻ, thịa

Meditation On Work
(With music)

Practice should not be selective.

There should be no prejudice, no hate, and no favoritism.

You shouldn't compare heavy work with light work.

There should be no jealousy and no competition.

Do not love one person while discriminating against another.

Do not be selfish, and do not distinguish between yourself and others.

Do not excessively praise one thing while harshly criticizing another.

Do not be overly enthusiastic, nor should you despise or judge others.

Đã tự đến, thì trọng thầy tin bạn
Hỏi ai buộc mình, ai ép cho cam?
Vì mục đích, vì tìm đường giải thoát
Thôi thì ta làm, tột chú ý ta làm

Thực hành Thiền thể là chân thực hành
Tận Tâm, tận lực, vừa đẹp vừa thanh
Sạch, đẹp, gọn, nhanh, lại thêm thẩm mỹ
Hỏi bàn tay gì, vi-diệu tinh anh?

Please come on your own, show respect to the teacher, and trust your friends.

No one compels you; no one forces you to do it.

This is for the purpose of finding the path to liberation.

Let's proceed with caution to ensure success.

Practicing Zen is the essence of true practice.

Practice with all your heart and health, both beautiful and pure.

It is clean, beautiful, neat, efficient, and aesthetically pleasing.

What kind of hand is it—miraculous and refined?

Tình Thương Chân Thật
(Phổ nhạc)

Chỉ có tình thương chân thật hoán cải được hận thù
Chỉ có tình thương chân thật làm tan rã mây mù
Tình thưng chân thật:
"Tình vô biên không ngân mé
Có sẵn nơi mình, bỏ quên chẳng dùng, hỏi uổng công ư?"

Nhưng vì vô minh che kín bởi tật xấu thói hư
Nên tình thương chân thật, biến thành đảo điên, điên đảo
Phải:
"Đảo điên xoay ngược,
chân tình thương hiên hiện sáng như sao?"
Thì cuộc sống muôn loài, muôn vật tuyệt đẹp biết bao!

Sao không cho đi, cho người, cho vật, cho thật cho chân
Cho không biệt phân, cũng không mong đáp nghĩa đền ân
Cho đến thế, quả là cho tình thương Tuyệt Đối
Muốn hay không thì nhân nào, quả ấy vẫn an bậy

True Love
(With music)

Only true love can transform hatred.
The clouds can only be dispelled by true love.
True love is infinite, without boundaries.
It is already within us; if we overlook using it, does it become a wasted effort?

Because ignorance fosters bad habits and vices,
it can distort the essence of true love.
Turning it upside down will reveal true love radiating like a star.
How wonderful the lives of all beings and things are!

Why not make offerings to people, to things, to the real, and to the true?
Give selflessly, without distinction and without expecting anything in return.
Up to this point, it is truly filled with absolute love.
Regardless of your desires or the reasons behind them, the outcome remains peaceful.

Không gieo trồng mà trông đòi quả là quá mê si
Không cần biết mình, biết người, sao cứ lo phân bì?
Muốn hưởng phước báu, thì lo vun trồng, tu phước
Muốn vượt sinh tử, phải tu huệ sao cho kiên trì
.
Gieo nhân cho to, ta hái quả thật là to
Gieo nhân so đo, ta hái quả, quả so đo
Gieo nhân đảo điên, ắt phải là điên đảo trái
Gieo chân thật nhân, là vượt cả quả nhỏ to

Not understanding the cause and expecting the result is misguided.

Why do you continue to compare yourself to others when understanding both you and them is challenging?

If you wish to experience blessings, then nurture and cultivate them.

If you wish to transcend birth and death, you must diligently cultivate wisdom.

Sowing the good seed, we pick a good fruit.

Sow a half-good seed, and we pick a half-good fruit.

Sowing an upside-down seed, we pick an upside-down fruit.

Sowing honest and true seeds, we receive countless beneficial effects.

Buông Xả Tuyệt Đối Là Tuyệt Đối

Buông xả đây, là buông tâm đối đãi
Để thôi đi, cái nghiệp kiếp bi ai
Siêu việt ngoài cái sai, cái đúng
Vượt ra ngoài đây thắm, kia phai

Buông xả đây, là buông tâm biên kiến
Để thôi đi, cái sinh, diệt triền miên
Việt siêu ngoài cái không và cái có
Vượt ra ngoài không, sắc vẻ ảo huyền

Buông xả đây, là bỏ hết ưu phiền
Bỏ tuyệt đối, mọi tập khí đảo điên
Bỏ tham, sân, si, mạn nghi, lười biếng
Thù hận, ghét ghen, ích kỷ liên miên

The Complete Act Of Letting Go Embodies Absolute Freedom

Let go of this; release the duality.
The goal is to bring an end to the tragic cycle of suffering.
Letting go transcends notions of right and wrong.
Letting go transcends the darkness; the other side is illuminated.

Letting go involves relinquishing the distinctions of duality.
The goal is to end the cycle of continuous reincarnation and the cycle of birth and death.
To Overcome Non-Existence and Existence
The goal is to transcend the emptiness and the illusionist form.

Letting go means releasing all sorrow,
completely abandoning negative habits,
and letting go of greed, hatred, delusion,
laziness, jealousy, and selfishness.

Buông xả đây, không phải bỏ gia đình
Vẫn vợ chồng, con cháu trọn trung trinh
Nhưng không cột tâm, muôn điều vướng mắ
Không đắm say, dục ái nặng, vô minh

Buông xả đây, hy sinh quên thân mình
Can đảm lên, bỏ tập khí điêu linh
Dù gian khổ, khó khăn, thôi cố gắng
Vượt ra ngoài dây xiềng xích tử sinh.

Dù tu sĩ, hay dù là củ sĩ
Nếu quyết tâm, ta còn sợ nỗi gì?
Bỏ buông hết, mọi thói hư, tật xấu
Xả tột cùng, là ĐẠO chớ còn chi?

Letting go does not mean abandoning your family.
You continue to live with your spouse, and your children and grandchildren are filled with sincerity.
However, this entails releasing yourself from
intense, burdensome, or ignorant relationships.

Letting go requires sacrificing your body
and having the courage to abandon bad habits.
Despite hardships and difficulties, it is essential
to strive to transcend the constraints of life and death.

Regardless of your status as a monk or a layperson,
if you possess determination, what fears do you face?
Release all negative habits.
Embracing the practice of letting go is the path, isn't it?

Bỏ Chấp, Trụ Là Tuyệt Đối
(Phổ Nhạc)

Cứ trân quí thân mình vì ngỡ thật ư?
Không hiểu lý nhân duyên, ai không chấp, trụ!
Chấp con cháu, vợ chồng, tổ tiên, đất nước
Trụ người, trụ vật, trụ danh tài ảo hư

Thà chết thôi, ta cứ giữ khủ khư
Vì tưởng thật, làm sao không chấp, trụ
Dù chết rồi, ta còn thương nuối tiếc
Nên đời đời, luẩn quẩn với tâm tư

Leaving The Attachment Is Entering The Absolute
(With music)

You idolize your body because you perceive it as real.

Lacking an understanding of the law of cause and effect, you hold onto illusions.

You become enamored with and cling to your children, spouse, ancestors, and country.

You grasp onto the illusions of people, possessions, fame, and talent.

You cling to false beliefs until death because you perceive yourself and others

as real, making it difficult to release your attachments.

As long as you harbor love and regret, you will

continue to be reincarnated with an ego-driven mindset.

Không hiểu lý do, sao thoát khỏi ngục tù?
Kiếp kiếp, đời đời, trong mộng ảo phù du
Mãi lăn trôi, vầy vùng trong biển ái
Bởi si mê trụ, chấp, lại chấp, tru!

Khi sực tỉnh, biết đời là huyễn hóa
Hiểu lý nhân duyên, nào khác tàn thu
Thể cho nên, ta quyết kiếm đường tu
Sạch chấp, trụ, là mắt chẳng còn mù

How can one escape from prison without understanding the reason for their confinement?

There is life after life, life after life, in a transient dream.

We are forever drifting, wandering in the sea of love.

Because of ignorance, there is persistent clinging—clinging, clinging, and more clinging. How frustrating!

When you awaken, recognize that life is an illusion.

Understand the law of cause and effect, and you will perceive the end of autumn.

Therefore, let us seek a path of practice to release

all attachments, allowing our eyes to see more clearly.

Tọa Thiền
(Phổ nhạc)
Kính tặng nhạc sĩ Tuấn Khanh

Biết chú ý là cứu cánh tận cùng
Nếu không tọa thiền, khó lắm ai ơi
Đừng quên tĩnh tọa, ngày một vài tiếng
Để tâm mình, thôi đừng chạy lung tung

Thiền chuyển thức tâm, chuyển cùng cội rễ
Cho đến cùng, cái cội gốc si mê
Thiền, thiền sâu là đã có đường về
Chú ý là đây, tận cùng chú ý

Nếu muốn cùng tột, tận cùng chú ý
Hóa chuyển đi hầm "Vô thỉ vô minh"
Tọa, tham đến độ, quên thân tâm mình
Thân tâm này, chính "ổ Tâm Ý Thức"

Sitting Meditation
(With music)
Dedicated to musician Tuấn Khanh

Knowing how to pay attention is the ultimate goal.

If you don't meditate, it can be difficult to maintain focus, everyone.

Don't forget to sit quietly for a few hours each day.

Be mindful of your thoughts and prevent them from becoming uncontrollable.

Meditation transforms the mind and addresses the root of our challenges.

In the end, ignorance is the root.

Deep meditation is the path to inner peace.

Please pay close attention most diligently.

If you seek the ultimate form of attention, gaze into

the profound abyss of ignorance that has no beginning.

Sit in meditation, allowing yourself to forget your body and mind.

Recognize that this body and mind are merely the vessels of thought, intention, and consciousness.

Dù tham công án, dù tham thoại đầu
Viên mật tham thoi, ôi, chẳng chút vọng cà
Tham đến khi nào, nghi tình thành khối
Đi, đứng, nằm, ngồi giữ chặt một câu

"Tôi là ai?" Hỏi mãi suốt canh thâu
Công án nào, chẳng vi diệu, nhiệm mầu!
Chọn một câu, thật hoài nghi, thật hợp
Tham mãi, miệt mài, đừng kể dài lâu

Công Án, Thoại Đầu, là kiếm kim cương
Chớ lìa xa, quá tuyệt diệu khôn lường
"MU" là gì? "Ai người đang niệm Phật?"
Vậy thôi mà, hội Tổ, Phật mười phương

Whether you are studying a koan or a hua tou,

examine it carefully and do not let any wandering thoughts arise.

Meditate until your doubts become solid.

When walking, standing, lying down, or sitting, keep one sentence firmly in mind.

Who am I? You should ask this question endlessly throughout the night.

Every koan is both wonderful and mysterious!

Choose a sentence that is genuinely skeptical and truly appropriate.

Examine endlessly and tirelessly; do not measure the duration.

Koans and hua tou are all like diamond swords.

Don't give up, as this method is truly remarkable and beyond comprehension.

What is "MU"? Who is reciting the name of Buddha?

Understanding will lead you to encounter the patriarchs and Buddhas of the ten directions.

Hỡi những ai đã nhàm chán đau thương
Chọn lối đi, để dứt khỏi đoạn trường
Giản dị thôi, câu Thoại đầu, Công án
Tọa thiền, tham thiền, vượt hết sầu vương

Tham không gián đoạn, nghi tình thành khối
Chân nghi hiện rồi, Diêm Vương bỏ chạy thôi
Thuần một khối nghi, đầu sào trăm thước
Bảo kiếm vung lên, dứt sạch nghiệp luân hồi

O you who are weary of suffering,

choose the path to end your pain.

The Dharma is straightforward; simply observe the hua tou or koan.

Sit in meditation, contemplate the question in your mind, and you will transcend all sorrow.

Observe without interruption and allow doubts to form in your mind.

When doubts are genuine, the King of Hell will flee.

Your mind can reach the end of a hundred-meter pole with just one doubt.

Swing the precious sword to sever all karma and end the cycle of reincarnation.

Hầm sâu đen tối, đáy thùng tan rã
Thập phương thế giới, đã hiện toàn thân
Vô Tương thuần nhất, chăng là thuần chân?
Siêu cả sắc không, vượt ngoài phàm thánh

Chẳng chi để nói, chẳng chỗ để về
Chẳng người chứng ngộ, ai người si mê?
Đặt Tổ, gọi Phật, tiền nhân dậy thế
Tùy duyên này, tôi thảo nhạc, ca thôi

The dark abyss within your mind dissolves,

revealing the ten directions of the world as your entire being manifests.

In the pure Void, there exists pure truth.

This perception transcends both form and emptiness, as well as the mundane and the sacred.

When you comprehend the Dharma, you find that there is nothing more to express and nowhere to return.

You understand that no one can truly attain enlightenment, so who qualifies as ignorant?

We may refer to them as patriarchs or Buddhas, as our ancestors have taught.

In light of this understanding, I create the music and sing it.

Ta Là?
(Phổ Nhạc)

Tâm trụ, chấp, ta đã xả ra
Tâm đối đãi, ta buông sạch cả
Mọi tập khí, ta thiêu, ta đốt
Vũ trụ đây, ta chính thật TA

TA là mây, bay lượn là là
TA là chim, ríu rít hót ca
TA là gió, reo qua hoa lá
TA là trăng, soi sáng sơn hà

I Am?
(With music)

I have released the mind that dwells and the mind that clings.

I have released all duality.

I have eliminated all the habits from my mind.

I am the universe.

I am the clouds, drifting softly.

I am the birds, chirping and singing.

I am the wind, gently rustling through the flowers and leaves.

I am the moon, casting my light upon the mountains and rivers.

TA là sao, lấp lánh kiêu sa
TA là biển, suối mát vườn trà
TA là ánh mặt trời chiếu sáng
TA là TA, TA thật chính TA

TA thật chính TA, TA là tất cả
TA là hạt bụi, đại địa sơn hà
Mười phương thế giới, đâu mà không TA
TA vẫn là TA, TA vẫn đây mà.

I am a star, sparkling and elegant.

I am the sea, the cool stream flowing through the tea garden.

I am the radiant sunlight.

I am me; I am truly me.

I am truly myself; I am everything.

I am a mere speck in the vastness of the Earth.

In all ten directions of the world, where is there not Me?

I am still me; I am still here.

Thiền Thơ Không Tên
(Phổ Nhạc)

Thiền thơ không mang tên
Không nhịp điệu xuống lên
Không văn hoa từ ngữ
Không sắc mầu bớt thêm

Vẫn biết, vẫn vô tư
Thiền vượt ngoài sinh tử
Thiền chẳng lọt tứ cú
Thiền vô ngôn, vô tự

Chỉ gượng nói, ai ơi
Khởi ý là hỏng rồi
Im lìm cũng phiền đấy
Tùy cơ tác dụng thôi

Untitled Zen Poem
(With music)

A Zen Poem without a title
There is no up-and-down rhythm.
There is no need for elaborate language.
There is no color, no less, nor more.

Still immersed in mindfulness and free from thought,
the meditator transcends the cycle of birth and death.
Zen transcends the four sentences of affirmation and negation.
Zen has no words to express or write.

I'm simply borrowing words to express it, my friend.
If I begin to think, it feels incorrect.
If I remain silent, it can be frustrating.
I am simply responding to the situation.

Không Tên Hay Có Tên

Thiền thơ Diệu Tính không tên
Không tên mà lại có tên lẽ thường
Cơm trong bát, nước trong bình
Xin ai hãy hiểu tận tình cho chủa?
Không tên phản ảnh chân thừa
Thiền thơ phương tiện, mà vừa gieo duyên

Labeled Or Unlabeled?

The Zen poem speaks of the nameless, wonderful essence.

Although it lacks a name, it should inherently possess one.

Behold the rice in the bowl, the water in the jar, and the hearts of temples..

It is difficult to identify; however, it is essential to highlight the true vehicle.

The Zen poem merely functions as a tool and has cultivated the seeds of affinity.

Hoa Thơ

Một tiếng thét, như trời long đất lở
Em đây rồi, hớn hở nụ cười tươi
Muôn loài hoa, đồng lõa hé môi cười
Vẫn tĩnh lặng, mà hoa thơ rộ nở!

Flower Of Poetry

A scream echoed, as if the sky and earth were shaking.
Here you are, smiling joyfully.
All kinds of flowers, united in their smiles, are present.
The stillness is profound, yet poetic flowers are blooming!

Tổ Sư Thiền

Là lạ pháp môn Tổ Sư Thiền
Thiền, còn gọi Giáo Ngoại Biệt Truyền
Đi, đứng, nằm, ngồi; A Thiền đó!
Nói năng, ngủ, nghỉ; Á đây Thiền!
Động tịnh, lăng xăng; Ồ cũng thế!
Thiền, Thiền chẳng dứt; Ôi liên miên!
Thiền vẫn là Thiền; À là rứa!
Thiền nớ, tu ni có gì truyền?

Patriarch Zen

The Dharma of the Patriarch Zen is peculiar.

Zen is also known as the Teachings Beyond the Scriptures.

Walking, standing, lying, sitting—ah, Zen is there!

Talking, sleeping, resting—ah, this is Zen!

Movement and stillness, bustling; oh, they are one and the same!

Zen is an unceasing journey; oh, it is truly endless!

Zen remains Zen; ah, it is just like that.

How can Zen be transmitted in this manner?

Vô Thỉ, Vô Sinh
(Phổ nhạc)

Thời gian ra sao? Trong biển Không-Hải mênh mông
Không gian nơi nào? Trong rỗng lặng, lặng viên thông
Về đâu, đi đâu, khi mười phương đồng nhất thế?
Sinh tử có còn gì trong Linh Giác Tính Không?

Vướng mắc nơi nào? Vì ta trụ nơi nao?
Không chi ái nhiễm, hỏi: "Đã sạch trần lao?"
Không cột, chẳng trói, phải chăng là giải thoát?
Diệu Hữu Chân Không, nào còn sợ chiêm bao?

Bất sinh bất diệt, này: "Trường mộng là đâu?"
Vô Thỉ Vô Sinh, làm sao có bắt đầu?
Rỗng không vô trụ, vậy: "Ai người cột trói?"
Bất khứ, vô lai, phải Ma Ní Bảo Châu?

Beginningless And Birthless
(With music)

What is time in the vastness of emptiness?

Where is space? It exists in the vast emptiness, within the silence of harmony.

Where do we return, and where do we go, when the ten directions converge into one?

Is there anything remaining from birth and death in the awakened awareness of wonder and emptiness?

Where are you currently stuck? Where do you live?

Have you cleared the dust yet, without any defilement?

Without binding, without bondage— is this liberation?

Miraculous Existence of True Emptiness: What is there to fear in dreams?

Where is the dream when witnessing the unborn and the undying?

Beginningless and Unborn—how can there be a beginning?

Empty and unanchored, perceiving no one to connect with.

Is it the Mani Jewel, with no arrivals or departures?

Năng Lực Vi Diệu
(Phổ Nhạc)

Công năng tự động, tự hiện, vi diệu triền miên
Khắp muôn loài, ngay muôn vật, linh hoạt, hiển nhiên
Toàn bộ sức sống nhiệm mầu, rõ siêu hình tưởng
Vô lượng, vô hình, mà sao tác dụng vô biên?

Nhưng phải tu:
"Tu, tu sao Bát Thức chuyển thôi, thành Tứ Trí
Thì thực tưởng phới bày, toàn là năng dụng, chân không
Phải chính, chính em, chính cỏ dại, chính bông hồng?
Phải vũ trụ năng toàn, hằng hiển hiện, dung thông?"

Miraculous Power
(With music)

Automatic, self-manifesting, miraculous, and continuous functions

Throughout all species and all things, flexibility is both evident and essential.

The entire miraculous life force is clearly conceived in a metaphysical context.

Although it is immeasurable and invisible, why do its effects seem boundless?

To transform the eight consciousnesses into the four wisdoms, you must practice diligently. Only then will the true nature of reality be revealed, allowing you to perceive that all is dynamic and embodies true emptiness.

Yes, so that you can see yourself among the weeds and even the roses.

The universe is all-powerful, ever-present, and all-encompassing.

Lăng Nghiêm Kinh: "Tính là tướng, tướng cũng là tính"
Bát Nhã Tâm Kinh: "Không là sắc, sắc chẳng khác không"
Thực thể, hư thể cùng rỗng lặng một Tính Không
Hỏi: "Mười phương còn khác? Và Chân Không có đồng?"

Vậy nếu còn:
"Chút vướng mắc gì cũng khó, khó vượt tử sinh
Dù bụi nhỏ như hư không, vẫn vương vưởng mình
Làm sao mà hợp Giác Minh, vạn năng, vạn pháp?
Làm sao siêu thời gian, không gian, siêu tưởng, hình?"

The Lankavatara Sutra states that appearance is essence, and essence is also appearance.

The Heart Sutra: Emptiness is form, and form is not different from emptiness.

Actually, the world is empty and silent, embodying the same sense of emptiness.

So, are there any differences among the ten directions, and is True Emptiness the same?

So if you still have some attachments, it will be difficult to overcome life and death.

Even if you cling to it like a small dust in the void, it is still an obstacle.

How can you be in harmony with enlightenment, omnipotence, and all dharmas?

How can you transcend time, space, perception, and form?

Nụ Cười
(Phổ nhạc)

Ôi nụ cười rạng rỡ ánh sao!
Cười hồn nhiên, tự tại nhường nào
Thiêu rụi cả, oan khiên, nghiệp chướng
Phải nụ cười, vượt thoát chiêm bao?

Phải nụ cười, giải thoát trần lao?
Này cười thế, mà ra là "ĐẠO"
Chỉ cười thôi, nói pháp tột cao!
Lặng cười thôi, chẳng thốt lời nào

A Smile
(With music)

Oh, that smile is as bright as the stars!
That smile is so innocent and carefree;
it has erased all suffering and karma.
Is that the smile that helps people escape from their dreams?

Is that the smile that helps people escape from suffering?
Is that the smile that illuminates the path of the Dharma?
Is that the smile that reveals the ultimate Dharma?
There was just a silent smile, with no words to express.

Nghe Chăng Ai
(Phổ nhạc)

Nghe chăng ai? Làn gió, gió heo may
Nghe chăng ai? Lá rung, rụng, mưa bay
Có nghe chăng? Sóng thì thầm, thác đổ
Nghe hoài, nghe, dù không tiếng, ai hay?

Nghe, nghe không? Trái đất chưa hề quay
Nghe, nghe không? Thời gian chưa từng chạy
Mà ai nghe? Hay vũ trụ nghe đây?
Này vẫn nghe, dù chẳng tiếng, ô hay!

Nghe, không ai nghe, ồ thật lạ thay!
Không năng, không sở, tính nghe như vậy
Mầu nhiệm, viên thông, phải chăng thế ấy?
Tĩnh lặng tột cùng, hỏi phải là đây?

Is Anyone Listening?
(With music)

Can you hear the wind and the cool breeze?
Can you hear? The leaves rustle and fall, and the rain falls.
Can you hear? Waves whisper, and waterfalls cascade.
Keep listening; you can hear even in silence. Who knows?

Listen, can you hear there? The Earth has never stopped turning.
Listen, has time ever truly run out?
But who is listening? Or does the universe listen?
It still hears, though without sound— oh!

Hearing, yet no one listens—oh, how strange!
No one hears, and nothing is heard; such is the nature of hearing.
Is it truly mysterious and perfect?
Is this what ultimate silence is?

Điệp Khúc
Nghe, nghe không? Trái đất chưa hề quay
Nghe, nghe không? Thời gian chưa từng chạy
Mà ai nghe? Hay vũ trụ nghe đây
Này vẫn nghe, dù chẳng tiếng ô hay!

Nghe, không ai nghe, ồ thật lạ thay!
Không năng, không sở, tính nghe như vậy
Động tịnh, âm dương, dung thông, siêu thế
Tĩnh lặng tột cùng, hỏi phải là đây?

Chorus

Listen, can you hear there? The Earth has never stopped turning.

Listen, has time ever truly run out?

But who is listening? Or does the universe listen?

It still hears, though without sound— oh!

Hearing, yet no one listens—oh, how strange!

No one hears, and nothing is heard; such is the nature of hearing.

Is it truly mysterious and perfect?

Is this what ultimate silence is?

Phật

Uy nghi sừng sững giữa hư không
Nhìn thấu quần sinh nghiệp biệt đồng
Luẩn quẩn nổi trôi trong sáu nẻo
Bởi: Sắc, danh, tài, vùi dập sâu, nông!

Thất bảo trùng trùng tỏ chân không
Tam thân, tứ trí thật viên thông
Nhiệm mầu, vi diệu bi cùng lực
Thường hằng là đây, tĩnh lặng trông

Buddha

Majestic and towering in the sky, the Buddha observes
all living beings, each with their unique and shared karma,
as they continue to wander through the six realms.

They are overwhelmed by beauty, fame, and wealth, both deeply and superficially crushed.

The Buddha embodies the Seven Treasures, penetrating the essence of true emptiness,

and encompasses the Three Bodies and Four Wisdoms,

possessing miraculous, wondrous, and compassionate power.

Always present, he silently observes.

Bàn Tay Vi Diệu

Phải chăng bàn tay thật có thần thông?
Bàn tạy phá rừng, sẻ núi, lấp sông
Bàn tạy biến hóa giang sơn, gấm vóc
Ôi bàn tay vi diệu, bàn tay không!

Miracle Hand

Is it true that the hand possesses magical powers?

This is the hand that devastates forests, cleaves mountains, and depletes rivers.

This is the hand that transforms mountains and rivers into exquisite brocade.

Oh, the miraculous hand— the empty hand!

Ánh Mắt Nào?
(Phổ nhạc)

Dù cuộc đời đầy thăng trầm, biến đổi
Ánh mắt nào vẫn trong trắng, tinh khôi
Vẫn sắt son, vẫn tha thiết, sáng ngời
Vẫn tĩnh lặng, êm đềm mà sôi nổi
Nói nhiều thế? Đã nói trọn muôn lời
Ánh mắt ơi, sao chẳng chút phai phôi!
Cùng khắp cả thời gian, không gian đấy
Chẳng, chẳng gì, chỉ ánh mắt mà thôi...

Which Eye?
(With music)

Even though life is full of ups and downs,

your eyes remain pure, innocent, loyal,

passionate, bright, quiet, peaceful, and vibrant.

Have you said so much? You've already expressed a thousand words.

Oh, eyes, why do you never fade?

This phenomenon occurs throughout time and space.

There was nothing at all—just eyes...

Điệp Khúc

Dù cuộc đời đầy thăng trầm, biến đổi
Ánh mắt nào vẫn trong trắng tinh khôi
Vẫn sắt son, vẫn tha thiết sáng ngời
Siêu tĩnh, động, êm đềm và sôi nổi
Vượt tĩnh, động êm đềm và nổi sôi
Nói nhiều thế? Đã nói trọn muôn lời
Ánh mắt ơi, sao chẳng chút phai phôi!
Cùng khắp cả thời gian, không gian đấy
Chẳng, chẳng gì, chỉ ánh mắt mà thôi...

Chorus

Even though life is full of ups and downs,

your eyes remain pure, innocent, loyal,

passionate, bright, quiet, peaceful, and vibrant.

Have you said so much? You've already expressed a thousand words.

Oh, eyes, why do you never fade?

This phenomenon occurs throughout time and space.

There was nothing at all—just eyes...

Tuyệt Đối
(ngắn)

Tuyệt đối là không còn trong tương đối
Lý sự viên dung, hoàn hảo như nhau
Tuyệt đối là không còn trước, còn sau
Thời gian chết mà không gian cũng tuyệt

The Absolute
(short version)

The Absolute is that which is no longer relative.

The principles and phenomena are perfectly integrated.

The Absolute is that which transcends the concepts of before and after.

Time ceases to exist, and space also vanishes.

Viếng Mộ
(Phổ Nhạc)

Tìm quẩn, kiếm quanh chẳng một ai!
Chỉ duy người ấy nâng nhành mai
Đặt trên ngôi mộ ai? Ai chết?
Đã chết, sao còn nâng nhánh mai?

Ừ này vẫn đó một cành mai
Lộng lẫy, tươi hoài chẳng hề phai
Ai nằm dưới mộ? Ai người viếng?
Hay vẫn là ai, mai ngắm mai

Visiting A Grave
(With music)

I searched the area, but there was no one in sight.
Only that person lifted the apricot branch and
placed it on whose grave? Who has passed away?
Why is the apricot branch lifted when that person is already gone?

Yes, there is still an apricot branch.
Splendid, ever-fresh, and never fading.
Who lies in the grave? Who comes to visit?
Is it still someone looking at tomorrow, anticipating the next day?

Gươm Bát Nhã

Trí tuệ Phật, Văn Thù Sư Lợi
Sư tử thiêng dẫm nát không gian
Gươm dơ lên, nước mắt cạn khan
Gươm hồi lại, vô minh rụi tắt

Gươm nghiêng nghiêng, Tu Di sụp nát
Gươm ngả về, phiền não sạch sanh
Gươm xoay ngang, sinh tử nát tan
Gươm hướng dọc, như như tự tại

Sword Of Prajna

Manjushri, embodying the wisdom of the Buddha,
rides the sacred lion, conquering the vastness of space.
Raising this sword dries tears.
The sword draws back, extinguishing ignorance.

The sword tilts, causing Mount Sumeru to collapse.
The sword tilts, purging afflictions.
The sword swings horizontally, shattering the karma of life and death.
The sword points vertically, allowing the mind to remain undisturbed, free, and at ease.

Gươm trí tuệ, Văn Thù Sư Lợi
Hét vang lên, bát nhã không lời
Đưa chúng sinh rời khỏi luân hồi
Giải thoát cả mười phương ba cõi

Vung tay lên, gươm vào tuyệt đối
Rút tay về, siêu việt không gian
Tuốt gươm thiêng, vũ trụ tiêu tan
Thâu gươm lại, thời gian đoạn tuyệt.

Sword of Wisdom: Manjushri
Shout out to the wordless Prajna.
Leading Sentient Beings Out of Samsara
Liberating all ten directions and three realms.

Raise your hand; the sword enters the absolute.
Withdraw your hand; transcend space.
Draw the sacred sword; the universe is in ruins.
Pull the sword back; time is suspended.

Bước Chân Ai

Bước chân ai, dũng mãnh oai hùng
Bước chân ai, đất chuyển trời rung
Bước chân ai, đùng đùng sấm sét
Bước chân ai, nhật nguyệt sáng trưng

Bước chân ai, êm dịu như nhung
Bước chân ai, tịch tĩnh tột cùng!
Bước chân ai, hoa cười hé nở
Bước chân ai, tự tại ung dung

Bước chân ai, vũ trụ bước chung
Bước chân ai, cá nổi, chim mừng
Bước chân ai, chưa hề dấu vết
Bước, không ai bước, ôi lạ lùng!

Whose Footsteps

Whose footsteps are mighty and majestic?

Whose footsteps cause the earth to tremble and the sky to shake?

Whose footsteps make the thunder boom?

Whose footsteps cause the sun and the moon to shine brightly?

Whose footsteps are as soft as velvet

Whose footsteps are utterly silent!

Whose footsteps echo as flowers bloom with laughter.

Whose footsteps are carefree and leisurely.

Whose footsteps the universe walks together.

Whose footsteps, fish float, and birds rejoice.

Whose footsteps? Not a trace left.

Walking? No one walks, oh strange!

Ai?

Ai Phổ Hiền? Ai Quan Âm, Thế Chí?
Ai Di Đà? Ai Đức Địa Tạng Vương?
Ai Thích Ca? Ai tràn ngập tình thương?
Ai Văn Thù? Ai tuyệt vời trí tuệ?

Phật tức là Tâm mà Tâm tức Phật
Chúng sinh nào mà không Phật, không Tâm?
Từ bi, hỉ xả, Thế Chí, Quan Âm
Thanh tịnh tuyệt đối, Mâu Ni Văn Phật

Who?

Who is Samantabhadra? Who are Avalokiteshvara and Mahasthamaprapta?

Who is Amitabha? Who is Ksitigarbha?

Who is Shakyamuni? Who embodies love?

Who is Manjushri, the embodiment of great wisdom?

Buddha is the mind, and the mind is Buddha.

Which sentient being exists without Buddha and without mind?

Kindness, compassion, joy, and equanimity embody the essence of Mahasthamaprapta and Avalokiteshvara.

Absolute purity embodies Shakyamuni Buddha.

Tâm tức là Phật, mà Phật là Tâm
Chúng sinh nào lại không Phật, không Tâm?
Bình đẳng, ngay thẳng chẳng khác
Di Đà Khiêm cung, đức độ Phổ Hiền nơi ta

Phật cũng là Tâm, mà Tâm cũng Phật
Chúng sinh nào mà chẳng Phật, chẳng Tâm?
Nhẫn nhịn, kiên trì khác chi Địa Tạng?
Quảng đại, trí tuệ, Văn Thù tối thượng

The mind is Buddha, and Buddha is the mind.
What sentient being exists without Buddha, without Mind?
Living with equality and integrity is no different from
the humble Amitabha Buddha and the virtuous Samantabhadra Bodhisattva.

Buddha is Mind, and Mind is also Buddha.
Which sentient being is neither Buddha nor Mind?
Living with patience and perseverance embodies the spirit of Ksitigarbha.
Living with generosity and wisdom embodies the essence of the supreme Manjushri.

Nụ Cười Di Lặc

Nụ cười tươi như hoa
Tự tại thật chính ta
Sinh tử, ta siêu vượt
Phiền não, ta không tha

Smile Of Maitreya

The smile is as fresh as a blooming flower.
Freedom truly represents me.
Birth and death, I transcend.
I no longer have any afflictions.

Biết

Phật pháp đâu rời pháp thế gian
Ở đâu cũng thấy pháp tràn lan
Hiểu rồi mới biết đều là pháp
Biết được tử sinh, cả Niết Bàn
Biết ta và pháp không gì khác
Biết chính ta rồi, sinh tử tan

Being Aware

Buddha Dharma is not separate from worldly Dharma.

Dharma is observed everywhere.

Understanding and knowing all is Dharma.

Understanding birth and death, as well as Nirvana.

Understanding the body-mind connection and Dharma is essential.

Knowing our own minds, birth and death are transcended.

Thật Không?

Tự hỏi thân này có thật không?
Lợi, danh như sóng bể bềnh bồng
Sắc đẹp mong manh như sương sớm
Tu rồi; Chân, Giả thể đồng thông

Really?

Have you ever wondered if this body is real?
Fame and fortune are akin to the waves of the ocean.
Beauty is as delicate as morning dew.
After cultivating, I perceive the true and the false within the same essence.

Ánh Thái Dương

Ô!
Ánh mặt trời
vẫn sáng soi

Nắng tắm
muôn loài
không mòn mỏi

Không kể
công mình
không giận dỗi

Tuyệt đối
trung thành
tĩnh lặng thôi!

Sunlight

Oh!
The sun
still shines

The sun bathes
all
things
without
wearying

Not counting
one's own merits
without
anger

Absolutely
loyal
in
silence!

Tia Nắng Lên

Tia nắng lên rồi, cám ơn con
Sáng đẹp mãi thôi, chẳng héo hon
Ấm áp, vui tươi, vi diệu quá!
Cứ sáng cùng soi, ôi! Sắt son

The Sun Is Rising

The sun is shining; thank you.
The light is always beautiful, never fading.
Warm, cheerful, and truly wonderful!
Keep shining, oh loyal one!

Trời Mưa Hay Người Mưa

Đừng mưa em nhé, để cùng đi
Ướt át làm chi, lệ khóe mi
Khóc lóc nhiều rồi, thôi đã đủ
Cam lồ tẩy sạch, chẳng còn chi!

Rain From The Sky Or Humanity?

Don't let the rain fall, my friend; let's go together.

Why are you crying, with tears in your eyes?

You've cried enough; that is sufficient.

The medicine of the Dharma has already alleviated all your suffering.

Vầng Trăng Huyền Diệu

Ánh trăng
huyền diệu,
tỏa muôn nơi

Thường hằng
ôm ấp,
dỗ dành tôi

Mẹ soi
đường sáng,
tan tăm tối

Mẹ chính
là Em
mẹ vẫn Tôi

The Magical Moon

The enchanting moonlight illuminates everything around.
Always embracing and comforting me.
Mother illuminates the path, dispelling the darkness.
Mother is You; Mother is still Me.

Tuyệt Đối
(dài)

Tuyệt đối là tột, tột cùng chú ý
Lý sự viên dung, trọn vẹn như nhau
Tuyệt đối, dứt hết ràng buộc, khổ đau
Tập khí gạn sạch, không còn một tí

Tuyệt đối làm việc nhỏ, to quyết chí
Mỹ thuật tuyệt vời, sạch, gọn bằng nhau
Tuyệt đối, không còn lẫn trước, lộn sau
Nhanh nhẹn tột cùng, đồng tâm nhất trí

The Absolute
(long version)

When you pay utmost attention, you will perceive the absolute,

where reason and phenomena are perfectly integrated and entirely identical.

There is absolute freedom from all bondage and suffering.

Habits are refined; not a trace remains.

The Absolute accomplishes both small and large tasks with unwavering determination.

The artwork is wonderful, clean, and neat, all at once.

In the Absolute, there will be no confusion between before and after.

Ultimate agility and unanimity.

Chiếu Soi

Vầng trăng vằng vặc giữa trời
Không nghiêng, không lệch
chẳng rời, không rơi
Tĩnh lặng, chiếu soi sáng ngời
Chưa từng xa lạ, chẳng rời thân tôI

Shining

The full moon shines brightly in the sky.
Not tilted, not skewed.
Not separated, not falling.
Silent, shining brightly.
Never distant, never leaving my side.

Tự Tại

Tự tại,
không nghĩa cũng không lời
Tự tại,
đem đạo cứu độ đời
Tự tại,
giúp người mãi không ngỏi
Tự tại,
chỉ bố thí mà thôi

Tự tại,
không ngừng nghỉ người ơi!
Tự tại,
làm việc như vui chơi
Tự tại,
hy sinh thật tuyệt đối
Tự tại,
tô hạnh phúc cho đời

Live freely

Live freely, unbound by meaning or words.
Live freely; use the Dharma to save lives.
Live freely and help others for a lifetime.
Live freely; just give generously.

Live freely and never stop, my friend!
Live freely; work as if you were playing.
Live freely; sacrifice wholeheartedly.
Live freely and add happiness to your life.

Tự tại,
suối mát khắp cùng nơi
Tự tại,
Phật Pháp chẳng xa vời
Tự tại,
quên mình, cho cùng khắp
Tự tại,
ngay đây chẳng xa rời.

Living freely, I bring refreshing streams everywhere.
Living freely, the Dharma is within reach.
Living freely, losing oneself, and giving generously to all.
Living freely is within reach right now.

Vô Thường

Dạo bước thăm hoa nở giữa vườn
Hoa đua sắc thắm, ngạt ngào hương
Gió đâu đưa lại, hoa rơi rụng
Khiến khách xem hoa, dạ chán chường

Impermanence

I am strolling through the blooming flowers in the garden.
Flowers are in full bloom, exuding a delightful fragrance.
The wind blows, and the flowers fall.
Encouraging visitors to let go and not cling.

Cánh Buồm Bạt Gió "Đời"

Vô minh dầy như tôi!
Nên mãi mãi chơi vơi
Con đò không bờ bến
Bao giờ hết nổi trôi?

Ai dại khờ hơn tôi
Lần mò trong mê tối
Thuyền mong manh trước gió
Sóng dồn dập nơi nơi

Si mê nào bằng tôi?
Bôn ba khắp nẻo đời
Con đò không quyền chủ
Mênh mông sóng ngụp, trồi

Sails Catch The Wind (In World)

Ignorance is as thick as my own!
So, I would drift forever.
The boat cannot see the shore.
When will it stop drifting?

Who is more foolish than me,
stumbling around in the dark?
The boat is delicate in the wind.
Waves are crashing all around.

Who is more foolish than I,
forever wandering around the world?
A boat without a captain
Immense waves rise and crash.

Cánh Buồm "Đạo"

Lo chi trôi với nổi
Sợ gì đó trò chơi
Bình tâm, gồng tay lái
Tự chủ, thuyền không trôi

Sóng nước chỉ một thôi
Thuyền, đời, vẫn chính tôi
Bôn ba, ồ huyễn hóa
Tỉnh mộng thôi, người ơi!

Sails Catch The Wind (In Dharma)

Don't worry about drifting or floating.
Fear nothing; it's just a game.
Please calm down and grip the steering wheel firmly.
Control yourself; the boat won't drift.

Waves and water are one.
The boat and life are one for me.
The mind is wandering, oh illusion.
Wake up, my friends!

Dâng Hoa

Hoa này con tặng mẹ
Cùng bông ấy dâng cha
Mẹ chính hoa xinh đó
Cha chính đài bông nha

Con thường là hoa ấy
Chúng ta chung một nhà
Vẫn hoa này con dâng
Dâng thầy với non sông
Dâng đồng đều pháp giới
Dâng vũ trụ mênh mông
Con dâng cả Chân Không
Chúng sinh mười phương Phật
Là Tuyệt Đối chân thật
Dâng trọn vẹn tay không
Cùng thể, đồng dung thông

Offering Flowers

This flower is for my mother.
The same flower that I give to my father.
Mother is that beautiful flower.
A father is the stem of that flower.

I am often like that flower.
We are in the same house.
I still offer this flower.
Offer to the teacher and the nation.
Offer equally to the realm of Dharma.
Offer to the vast universe.
I offer the entirety of the True Emptiness.
All sentient beings in the ten directions of the Buddha.
Are they the Absolute Truth?
Offer wholeheartedly with open hands.
Together, in harmony and tolerance.

Thắc Mắc

Người cười hoa chi lạ?
Dâng cho đã rồi không
Con im lìm không nói
Hoa Tạng Pháp mênh mông

Question

A person smiles; what kind of flower is that?
The flower is presented and transforms into Emptiness.
I remain silent and do not speak.
The Dharma Flower Store is vast.

Thật Nghĩa Đản Sinh

Thật nghĩa thâm sâu, Phật Đản Sinh
Nhận ra mình, thực hết điêu linh
Vượt vòng ràng buộc, siêu ba cõi
Là Phật ngay đây, Phật Đản Sinh

True Meaning Of Buddha's Birthday

The birth of Buddha holds a truly profound meaning.

Recognize your mind and experience freedom from suffering.

Overcome the bondage and transcend the three realms.

Buddha is present; Buddha has been born.

Mừng Phật Đản Sinh
(Phổ Nhạc)

Nhẹ nhàng én lượn với mây bay
Thoang thoảng trầm hương, vi diệu thay!
Muôn loài hớn hở, phô nguồn sống
Chào đón Đản Sinh, Đức Phật đây

Chim hót ca, suối đàn hòa tấu
Thác reo vui, hoa nở ngập trời...
Tràn mầu sắc, tung tăng cá lội
Mừng Đản Sinh, Thế Tôn người ơi!

Hào quang chỏi, mười phương ba cõi
Tối tăm nào chẳng được chiếu soi
Trưởng mộng mỏ, giật mình tỉnh giấc
Chúng sinh thôi ngụp lặn luân hồi

Celebrate Buddha's Birth
(With music)

Gently, the swallows glide alongside the drifting clouds.
The delightful aroma of agarwood fills the air!
All creatures rejoice, revealing their source of life.
Welcoming the Birth: Here is the Buddha.

Birds sing, and streams create harmonies.
Waterfalls rejoice, and flowers bloom in the sky.
Colorful fish swim happily.
Celebrate the birthday of the World-Honored One!

The halo is dazzling, illuminating the ten directions and three realms.
The entire dark realm is illuminated.
The dreamer is abruptly awakened.
Living beings cease to be trapped in samsara.

Toàn vũ trụ nhiệm mầu, vi diệu
Muôn loài chung sức sống đáng yêu
Chưa từng đi, làm sao có đến?
Năng lực này siêu việt, việt siêu!

Đản sinh, ngày ghi ân, kỷ niệm
Đấng đại bi, trí tuệ vô biên
Hường dậy em: "Vượt mê, về giác"
Giác xong thôi, ơn Phật em đền

Thật nghĩa thâm sâu Phật Đản Sinh
Là nhận ra mình, hết điêu linh
Vượt vòng ràng buộc, siêu ba cõi
Là Phật ngay đây, Phật Đản Sinh

The entire universe is both mysterious and wonderful.
All living beings possess a beautiful vitality.
Never gone; how can there be an arrival?
This power is transcendent and infinite!

Buddha's Birthday: A Day of Gratitude and Commemoration
The Great One, possessing boundless wisdom
Awakens us to transcend ignorance and return to enlightenment.
I express my gratitude to the Buddha for the enlightenment I have received.

The Profound Significance of Buddha's Birthday
The goal is to awaken your mind, step into the emptiness of suffering,
overcome bondage, and transcend the three realms.
Celebrating Buddha's Birthday: Buddha of here and now.

Mừng Phật ra đời, Phật Thích Ca
Phật vẫn nơi đây với chúng ta
Không trước, không sau, năm với tháng
Không bao thế kỷ, vẫn đây mà

Phật thật là đây, Phật Thích Ca
Không chi là gần, cũng không xa
Ân Phật thâm sâu hàng ngày trả
Phật, tiếng cười vui khắp mọi nhà...

Happy Buddha's Birthday, Buddha Shakyamuni!

Buddha remains with us.

It was neither before nor after—neither years nor months.

Not many centuries have passed, yet the Buddha remains here, unchanged.

The true Buddha, Shakyamuni, is present here.

Not too close, not too distant

The Buddha's grace is profound and bestowed daily.

Buddha, may joyful laughter fill every home.

Mừng Phật Thành Đạo

Hỏi trăng tròn hay ai đã tròn trăng?
Phải trăng vô thỉ? Phải trăng vô sinh?
Phải trăng hình tưởng? Phải trăng vô hình tưởng
Mừng Phật đạo thành, ồ Phật y trăng

Thôi giã từ sáu nẻo
Hết đọa đày đơn đau
Tràn hào quang muôn mầu
Đấng đại bi Thành Đạo

Trăng tròn hòa bình minh
Mười phương chung Tính Linh
Khiết tinh trầm hương ngát
Cam lồ sương lung linh

Celebration Of Buddha's Enlightenment

Is the moon currently full, or who is responsible for making it appear full?

Must the moon be without a beginning? Must the moon be without a birth?

Must the moon be a form? Must the moon be a formless form?

Rejoice in the Buddha's enlightenment; the Buddha is like the moon.

Farewell to the Six Paths
End of Suffering and Pain
The scene is filled with a myriad of colors.
The Great Compassionate One has achieved Enlightenment.

The full moon brings peace and light.
Ten Directions, Common Spirit
Pure and Fragrant Agarwood
The nectar and dew are glittering.

Hoa muôn hoa bừng nở
Chim hót mừng muôn phương
Muôn loài bừng tỉnh giấc
Mừng Thế Tôn Đạo Thành

Vui mừng Phật Thành Đạo
Hết phiền não lao đao
Giác ngộ vui giải thoát
Vẹn thề xưa năm nào

Ánh Đạo vàng chiếu tỏa
Vẫn ngay đây chói lòa
Tám tư ngàn môn pháp
Khắp vũ trụ bao la

Flowers are blooming.
Birds sing joyfully in every direction.
All creatures awaken.
Rejoice in the Buddha's Enlightenment.

Rejoice in the Enlightenment of Buddha
The cessation of all suffering and pain.
Enlightenment and Liberation
Fulfill the promises of the past.

The golden light of the Dharma radiates.
Still here and now, shining brightly.
Eighty-four thousand Dharma doors
Throughout the vast universe.

Nương theo tùy pháp môn
Em cũng gặp Thế Tôn
Để chung vui Thành Đạo
Mừng cùng chùng cô thôn

Sát na chưa hề xa
Cùng đang cất tiếng ca
Cùng tuệ trăng soi chiếu
Cùng cặp chân vi diệu

Following the Dharma
I also met the World-Honored One.
To share in the joy of enlightenment.
To celebrate together in the secluded village.

Not a moment has passed.
We are singing together.
Together with the wisdom of the shining moon.
Together with a wonderful pair of feet.

Tắm Phật

Tôi tắm ai đây? Hay tôi tắm tôi?
Phật tuyệt thanh tịnh! Tôi toàn tội thôi
Ôi tham sân si, mạn nghi đầy đủ!
Vậy tôi tắm ai đây? Tôi tắm tôi

Tôi tắm Phật, hay là tôi tắm tôi?
Phật thường tịch quang, tội tôi ngập trời!
Gạn sao tập khí tận, vô minh hết
Bật tiếng ai cười "Ồ Phật hay tôi"

Bathing The Buddha

Who should I bathe? Or should I bathe myself?
Buddha is completely pure, while I am filled with sin.
Oh, greed, anger, ignorance, and arrogance are all present!
So, whom do I bathe? I bathe myself.

Do I bathe Buddha, or do I bathe myself?
Buddha remains calm and radiant, while my sins feel overwhelming!
The habitual energy has cleared, and ignorance has vanished.
Who exclaimed—or me?

Phật Nhập Diệt

Nhập diệt đây, vượt hết sinh tử rồi
Nhập diệt đây, chẳng còn có luân hồi
Nhập diệt đây, về nguồn chân tuyệt đối
Nhập diệt đây, chân thật sống mãi thôi

Nhập diệt đây, nhân quả hết thật rồi
Nhập diệt đây, TA cùng khắp nơi nơi
Nhập diệt đây, TA hiện hữu không rời
Nhập diệt đây, TA có mặt trên đời

Buddha's Gone

Nirvana has arrived, beyond the cycles of birth and death.
Nirvana is here; no more reincarnation.
Nirvana is here, returning to the source of absolute truth.
Nirvana is here, truly living forever.

Nirvana has arrived; the concept of cause and effect has completely disappeared.
Nirvana is here; I am everywhere.
Nirvana is here; I am present without separation.
Nirvana is here; I am present in the world.

Chân Sư

Xuất gia đại sự nghĩa gì ư?
Chẳng dễ gì đâu đúng nghĩa "Sư"
Sư phải cho đời khuôn thước ngọc
Chân sư ban rải đạo tâm từ

Chân sử, thế sự chẳng còn màng
Chân sư, dục vọng hết mê ham
Chân sư, danh lợi như gió thoảng
Chân sư, tiền tài chẳng ngó ngàng

Chân sư, cứu kẻ mù khỏi tối
Chân sư, độ người hết điêu linh
Chân sư, đưa đường vượt tử sinh
Chân sư, dẫn người về thức tỉnh

True Master

What does it mean to leave home to become a monk?
It is difficult to embody the essence of a master.
Monastics must uphold a standard of integrity.
True masters illuminate the path of compassion.

True Master: no longer cares about worldly matters.
True Master: no longer craving desires.
True Master: Fame and fortune are like a fleeting breeze.
True Master: no longer cares about money.

True Master: Leading the blind out of darkness.
True Master: Guiding beings out of suffering.
True Master: Guiding humanity beyond birth and death.
True Master: Leading humans to Awaken.

Chân sư, hy sinh, biện tài muôn lối
Chân sư, bình đẳng, đức hạnh tột cùng
Chân sư, từ bi, hỷ xả không ngừng
Chân sư, trí sáng ngời, tuyệt tuyệt đối

Chân sư là kiên trì luật giới
Chân sư đại bi, lực, đại hùng
Chân sư là cùng tột bao dung
Chân sư là vô minh thường diệt

Chân sư là tử sinh không thể tới
Chân sư, thanh tịnh, tập khí sạch trong
Chân sư, huyền diệu, tự tại thong dong
Chân sư, nhiệm mầu, vượt ngoài trần thế

True Master: sacrifice, eloquence in all ways

True Master: equality, ultimate virtue

True Master: compassion, unceasing joy, and renunciation

True Master: brilliant wisdom, absolute

The true master is the one who upholds the precepts.

The true master embodies immense compassion, strength, and power.

The true master embodies ultimate tolerance.

The true master embodies the eternal eradication of ignorance.

The True Master transcends life and death.

The True Master: pure and clean habits

The True Master: mysterious, free, and unencumbered

The True Master is mysterious and transcends the ordinary world.

Tìm Kiếm Minh Sư

Tìm kiếm minh sư để học, tu
Không sao thấy được, mắt như mù
Người không quyền lợi, không bè phái
Không dục, tiền tài, đấy minh sư.

Search For A Master

Find a knowledgeable teacher with whom to study and practice.

If a student does not encounter a good teacher, they live like someone who is blind.

A person who is not motivated by greed for profit, power, or personal gain.

A lack of desire for money can be a wise teacher.

Hành Hạ Hay Từ Bi

Dậy dỗ, uốn nắn vì ngài quá ư từ bi
Nhẫn nhịn tu đi, hãy sửa từng tí, từng li
Gọi dạ, bảo vâng, đừng khóc lóc, phải kiên trì
Sung sướng làm sao, gặp được minh sư chân chính!

Nếu không thuận duyên, gặp vị thầy chẳng ra gì
Mắng chửi, đánh đập, chỉ vì thầy quá sân si
Đừng nên cãi lại, cũng đừng nên thù hận, uất
Lặng lẽ im thôi, để tìm kiếm một đường đi

Kiếm một minh sư mà chính ngài không mê si
Chẳng màng tài sắc, lợi danh, hay bất cứ gì
Trí, đức, giới, bậc chân tu từ bi đáng quí
Đúng người dẫn lối, chỉ đường còn ngại lo chi?

Torture Or Compassion

The teacher instructs because he is deeply compassionate.

Be patient and practice; correct yourself gradually.

Obey the teacher, refrain from crying, and remain persistent.

How wonderful it is to meet a true master!

If you are not fortunate, you may encounter a poor-quality teacher.

If your teacher harshly scolds or punishes you,

refrain from arguing back or holding onto resentment or anger.

Please remain quiet and search for an exit.

Find a wise teacher who is no longer delusive.

That teacher is indifferent to money, beauty, fame, or any other superficial concerns.

If you encounter a teacher who embodies wisdom, virtue, and discipline and is a dedicated practitioner of compassion, then you have found the right person to guide you and illuminate your path. What is there to worry about?

Có Phải Sư?

Đầu trọc trọc mà có phải sư
Cà Sa khoác đại, chẳng ưu tư
Luân hồi sinh tử, sao không sợ?
Nhân quả nỏi mình, gạt được ư!

Is That Person A Monk?

He had a bald head, but he was not a monk.
Worry-free, the monk wears his robe.
Why should we fear the cycle of life and death?
Karma is right in front of you; can you hide from it?

Chính Thật Sư

Ồ! Đầu trọc trọc, thầy đây nhà tu
Cà Sa đơn giản, vẻ hết ưu tư
Sinh tử, luân hồi, nào đâu còn sợ!
Vạn đức vẹn toàn, thật đúng chân sư

True Master

Oh! The bald-headed teacher is truly a monastic.

He was dressed in simple monk's robes and appeared carefree.

What is there to fear about birth, death, and reincarnation?

Complete virtue; a truly exceptional teacher.

Tu

Ai thấu chăng ai nghĩa chữ tu?
Tu để làm chi, để được gì?
Tu đề khỏi tù trong sinh tử
Tu cho sáng mắt, chẳng còn mù

Tu muốn khỏi mù, nên sáng suốt
Tu sao dục vọng, không còn hù
Tu không còn ngại, quyền và thế
Tu để khỏi tù, mới đi tu
Tu thiết tha tu, nghĩa: "biết đừng"
Tu thật là tu, nghĩa: "biết dừng"
Tu quyết đến cùng, là nghĩa: "bỏ"
Tu thấu tận cùng, đấy "vô tư"
Tu, tu, "vô tu," tu hết tù
Tu hết tù rồi, ấy thật "tư"

Cultivation

Who understands the meaning of the term "cultivation"?

What is the purpose of cultivation, and what do we hope to gain from it?

Cultivation to escape the cycle of birth and death

Cultivation opens the eyes, dispelling blindness.

Cultivate clarity of mind to overcome ignorance.

Cultivate freedom from desire, no longer fearful.

Cultivate being fearless away from power and influence.

Cultivate to be free from any kind of imprisonment.

Cultivate to earnestly stop worldly things.

Cultivate earnestness to end bad habits.

Cultivate to earnestly give up all other things.

Cultivate to the ultimate— living the non-cultivation mind.

Cultivating to end all imprisonment is the true essence of "practice."

Ngộ

Ngộ nhận ra trong cuộc đời trần thế
Vui chẳng nhiều, mà chỉ khổ đau thôi
Ngộ nhận ra: phiền não khắp nơi nơi
Bởi, ngụp, lặn trong biển đời đầy nước mắt

Ngộ nhận ra: tử, sinh, già, bệnh, tật
Vòng luân hồi luẩn quẩn mãi không ngơi
Ngộ nhận ra: thân này chẳng của tôi
Hoàn cát bụi, có chi là đáng kể

Ngộ nhận ra: đầy lẫy lừng quyền thế
Dục vọng, bạc tiền, như bọt sóng nổi trôi
Ngộ nhận ra: lười, tập khí lôi thôi
Nó giam hãm, đời đời trong sinh tử

Enlightenment

Enlightenment occurs when you recognize that this worldly life
offers little joy and is predominantly filled with suffering.
It is the moment you understand that troubles are omnipresent,
as if one is sinking, drowning, and navigating through a sea of tears.

Enlightenment occurs when you recognize that death, birth, old age, sickness,
and disease are part of a relentless cycle of reincarnation.
It is the understanding that this body is not truly yours but merely a collection of dust—ultimately insignificant.

Enlightenment occurs when you recognize that power, fame, lust, and money are merely ephemeral, like floating foam.
It is the moment you understand that laziness and detrimental habits
weigh you down, confining you to countless cycles of birth and death.

Ngộ nhận rồi, thẹn thùng, xa lánh đữ
Ngộ nhận rồi, nhất quyết trọn đường tu
Ngộ nhận rồi, sửa mãi quyết không từ
Ngộ nhận rồi, tiến lên tâm bất thoái

Ngộ ngộ rồi, vô minh không thể tới
Ngộ ngộ rồi, sinh tử hết lăn trôi
Ngộ ngộ rồi, tự tại khắp muôn nơi
Ngộ ngộ rồi, tịch quang ôi tuyệt đối!

Once enlightened, you will recognize shame and avoid evil.

Once enlightened, you will be resolute in your commitment to completing the path of cultivation.

Once enlightened, you will cultivate continuously, unwavering in your dedication to the path of cultivation.

Once enlightened, you will progress with a steadfast mind.

Once enlightened, you are far removed from ignorance.

Once enlightened, you no longer flow with the cycle of birth and death.

Once enlightened, you are free anywhere.

Once enlightened, you dwell in the radiant stillness of the absolute.

Đạo

Đạo vượt thời gian lẫn không gian
Đạo vẫn nơi đây vẫn chứa chan
Đạo vượt nhị biên không và có
Đạo siêu sinh tử, vượt nghĩ bàn

The Way

The Way transcends both time and space.

The Way remains present and continues to overflow.

The Way transcends the dual extremes of existence and non-existence.

The Way transcends birth and death, existing beyond thought and discussion.

Hoa Vũ Trụ

Phật là hoa thơm này
Thầy cũng đồng hoa đây
Bạn cùng hoa đẹp ấy
Em nhụy hoa ngát đầy

Bướm cánh hoa rung rinh
Vũ trụ trong hoa xinh
Chim màu hoa tươi thắm
Chúng ta chung gia đình

Mẹ chính hoa xinh này
Cha là đài bông đây
Anh chị em trong đó
Chúng ta đây, vui vầy...

Gió, hoa thêm lung linh
Đất, nuôi hoa đẹp xinh
Nước, làm hoa tươi mát
Nắng, nắng hoa, hóa mình!

Flower Of The Universe

Buddha is this fragrant flower.
The Master is also this flower.
You are the same beautiful flower.
I am the fragrant pistil.

Butterflies cause the petals to flutter.
The universe is encapsulated within the beautiful flower.
Birds add vibrant colors to the flowers.
We are all part of the same family.

Mother is this beautiful flower.
The father is the stem of this flower.
All siblings reside within this flower.
Here we are, feeling joyful.

The wind makes the flowers appear more vibrant.
Earth nourishes beautiful flowers.
Water makes flowers fresh.
The sun shines on the flowers, creating me.

Tù Hay Không Tù?
(Phổ nhạc)

Cực Lạc hay địa ngục, vẫn chính tôi
Tôi tạo Cực Lạc ngay ở đầu môi
Tôi biến địa ngục, tràn đầy nước mắt
Mọi cảnh, mọi vật, tôi làm thưởng ôi!

Giỏi dốt, siêng lười, cũng vẫn một tôi
Việc đời, việc đạo, dù nghỉ, dù chơi
Việc dở dang, hay cuộc đời ngang trái
Vẫn là tôi quyết định, nổi hay trôi

Đừng đổ tại số, tại kiếp đơn côi
Đừng đổ tại mạng, ta phải có đôi
Đừng dị đoan, vô minh, chấp trước
Đừng trách trời, trách đất lôi thôi!

Prison Or No Prison?
(With music)

Whether in bliss or in hell, it is still me.
I create bliss right at the tip of my lips.
I transform hell, overflowing with tears.
All scenes and all things, I create them with joy!

Regardless of whether I am perceived as good or bad, diligent or lazy, I remain true to myself.
Life's work, whether it involves religious duties, resting, or playing.
Unfinished work: Life's twists and turns
It's still me who decides—floating or drifting.

Don't blame fate or loneliness.
Don't blame fate or the necessity of having a partner.
Don't be superstitious, ignorant, or overly attached.
Don't blame the heavens; blame the earth, or blame everything else.

Đừng liều lĩnh, buông cuộc đời phai phôi
Đừng dồn dập, theo làn sóng biển khơi
Sáng hay tối đều do mình muốn thế
Tự tù thôi, vì mình thích chơi với!

Dại khờ chi vào tù, khi không tội?
Can đảm lên, thoát khỏi chảo dầu sôi
Ôi cuộc đời phức tạp, khắp nơi nơi!
Sáng suốt nhé, để đừng tù với tội

Dù lỗi nào, thì vẫn chính tại tôi
Bởi tôi muốn, nên tôi liều bước tới
Biết cõi đời là gian truân sóng gió
Ngừng hay đi, cũng vẫn chính mình thôi

Don't be reckless; embrace life fully.
Don't rush to let it drift away with the rising tide.
The choice of whether to enter the light or the dark house is yours.
Each individual constructs their own prison based on their preferences.

Why should you go to jail when you are innocent?
Be brave; escape from the boiling oil.
Life is complicated everywhere!
Be wise to avoid being imprisoned for a crime.

Regardless of the fault, it is still my responsibility.
Because I desire it, I am bold enough to step forward.
Life is filled with challenges and storms.
Whether stopping or going, it's still me.

Biết cuộc đời, là ảo ảnh, trò chơi
Đừng chấp tranh, chiến đấu đổ mồ hôi
Đừng bắt bỏ, vì chỉ là huyễn hóa
Đừng si mê, để vũ trụ kéo lôi!

Thôi ngừng hận, ngừng trách tôi tại tôi
Kiếm chân thực, để ra ngoài giả dối
Dùng huyễn hóa, chuyển hào quang sáng chói
Hết dật dờ, đau khổ với lăn trôi!

Life is an illusion, a game.

Do not argue, do not fight, and do not sweat.

Don't cling to or release, for it is merely an illusion.

Don't become infatuated; don't allow the universe to pull you along!

Stop the hatred; stop blaming you for who you are.

Seek the truth and let go of falsehood.

Use illusion to transform the bright halo.

Stop wandering, suffering, and drifting!

Vũ Trụ Cột Trói

Tiền tài em cùng thích
Sắc đẹp em cũng ham
Uy quyền em càng tham
Ngũ dục em ngụp lặn

Tập khi em thêm nặng
Sân si càng lên cao
U mê tột cùng sao
Nghiệp chướng sâu nhường nào

Khổ đau em chồng chất
Lệ buồn hơn biển sâu
Phiền não ôi u sầu
Tử sinh biết về đâu?

Quay cuồng bao kẻ siết
Sinh diệt em chơi vơi
Luân hồi em nổi trôi
Vũ trụ cột trói, diệt!

Who Is The Universe Bound By?

Money you enjoy
Beauty that you desire as well.
The power you desire even more.
Five desires that consume you.

Bad habits worsen over time.
Ignorance continues to escalate.
Ultimate delusion
How deep is karma?

Your pain has accumulated.
Tears are more sorrowful than the depths of the ocean.
What sorrow, oh sorrow!
Where will life and death lead us?

How many times have you spun?
Birth and death are your companions.
Samsara is your friend.
The universe binds, connects, and ultimately destroys!

Chủ Vũ Trụ

Tiền tài em nhàm chán
Sắc đẹp em không ham
Uy quyền em chẳng tham
Ngũ dục nào cột trói?

Tập khí tận cùng sạch
Sân si đà đã thiêu
Nghiệp chướng cùng tận tiêu
Tỉnh thức nào không tới?

Khổ đau em tự tại
Lệ buồn cam lồ rẩy
Phiền não tức bồ đề
Tử sinh nào em về?

Quay cuồng em tĩnh lặng
Sinh diệt em thảnh thơi
Luân hồi không còn nơi
Vũ trụ em làm chủ

Owner Of The Universe

I'm tired of dealing with money.
I do not desire beauty.
I do not desire power.
What five desires bind me?

Habits are thoroughly refined.
Anger and delusion have been extinguished.
Karma has been completely destroyed.
What awakening does not occur?

I am free from suffering.
Nectar washes sorrowful tears.
Suffering is perceived as a Bodhi tree.
What life and death will I return to?

Amidst the chaos, I remain still.
Amidst birth and death, I find tranquility.
Samsara has no place.
I am the master of the universe.

Tiếng Chim Hót

Chỉ một tiếng chim hót
Làm đất chuyển trời rung
Làm vũ trụ phải ngừng
Lắng nghe chim này hót

Chỉ một tiếng chim hót
Làm vũ trụ nổ tung
Làm thời gian phải ngừng
Chỉ còn là tiếng hót

Chỉ một tiếng chim hót
Vang dội khắp mười phương
Tiếng chim đầy tình thương
Chưa bao giờ ngưng hót

Bird Singing

It is just the song of a single bird.
The earth trembles.
The universe comes to a halt.
Listen to the song of this bird.

Just the song of a bird.
The universe explodes.
Time stands still.
Just the song of a bird.

Just the song of a single bird
The sound resonates throughout the ten directions.
The bird's song is filled with love.
The singing never stops.

Chỉ một tiếng chim hót
Thức tỉnh hết người mê
Mang chúng sinh trở về
Thực tại nghe chim hót

Chỉ một tiếng chim hót
Giật mình: "ta đây rồi"
Thời gian, không gian chết
Chim chẳng hót một lời

It was just the song of a single bird.
Awakens all the uninformed.
The healing process brings all living beings back.
Reality listens to the birds singing.

Just the song of a bird.
Startled, here I am.
Time and dead space
The bird does not sing a single word.

Chính Thiền

Từ sáng chí tối, việc cứ liền liền
Đạt theo được rồi, mới chính thật Thiền
Tập khí liên miên, chẳng rời đảo điên
Xả buông sạch rồi, mới thật biệt truyền

True Zen

From morning until night, the work is relentless.

Once you have achieved it, you will truly experience Zen.

Bad habits are persistent, perpetually contributing to chaos.

Once you have fully let go, it becomes a truly special transmission.

The Three Pillars Of Zen
Kính tặng Sư Phụ Philip Kapleau

The Three Pillars of Zen mãi lan truyền thế giới
Phật sự mang gì từ Nhật về phương Tây?
Trải bao gian khổ, gần mười bốn năm bên ấy
Đem về được gì, hay chỉ cũng tay không?
.
Đi đã tay không, về lại cũng tay không
Thế thì đem gì, và truyền được cái gì?
The Three Pillars of Zen, cùng thế "NHƯ THỊ"
Ấy thế mà mọi người không hề nhìn thấy!

Trần gian này quả vô minh, điên đảo quấy
Thấy không chịu thấy, mà nghe cũng chẳng "Ke"*
Thấy thật rõ đi, và nhớ nghe cho tỏ
Thấy nghe thật rồi, đà không thấy, không nghe

By Bodhiheart

The Three Pillars Of Zen
Dedicated to Zen Master Philip Kapleau

The book "The Three Pillars of Zen" is gaining popularity worldwide.

What did Buddhism bring from Japan to the West?

After enduring numerous hardships for nearly fourteen years there.

What did you bring back, or did you return empty-handed?

Going empty-handed and returning empty-handed.

What can you offer, and what can you convey?

The book "The Three Pillars of Zen" also emphasizes the phrase "THAT IS."

Oh, but people around the world do not recognize it!

This world is truly ignorant and confused.

Seeing is not seeing, and hearing is not bothering.

See clearly, and remember to listen clearly.

See and listen carefully, and then you will understand that no one is seeing and no one is listening.

By Bodhiheart

Roshi Philip Kapleau

Roshi Kapleau, Lý, Sự tròn viên
Từ, bi, hỷ, xả, vừa dịu, vừa hiền
Đức độ, trí tuệ, vượt tầm pháp giới
Ngài, chân thiền sư của Tổ Sư Thiên
By Bodhiheart

Roshi Philip Kapleau

Roshi Kapleau: Where principle and phenomenon are complete and tolerant.

You embody kindness, compassion, joy, and equanimity, exhibiting both gentleness and warmth.

You embody virtue and wisdom, transcending the Dharma Realm.

You are the true Zen Master of the Patriarch Zen.

By Bodhiheart

Sensei Bodhin

Bodhin Sensei, thầy dậy tôi Thiền
Lý sự vẹn toàn, thầy Toàn Chân Liên
Từ bi, trí tuệ, thầy là Tuyệt Đối
Thầy tái sinh tôi, Giáo Ngoại Biệt Truyền

Dung tôi Á Đông, nét thầy Âu Mỹ
Tôi thấy dung thầy, trên chính dung tôi
Tôi Bodhiheart, thầy là Bodhin
Đạo tình thầy trò, không còn gạch nối

By Bodhiheart

Sensei Bodhin

Bodhin Sensei: You are my Zen teacher.

You are the embodiment of Truth and Phenomenon, the esteemed teacher of Whole Truth Lotus.

With compassion and wisdom, you embody the absolute.

You have reborn me into Zen, the Dharma that is transmitted outside the scriptures.

My facial features are Asian, while my teacher's features are Caucasian.

I see my teacher's face reflected in my own.

I am Bodhiheart, and my teacher is Bodhin.

The relationship between teacher and student is no longer a simple connection.

By Bodhiheart

Bồ Đề Tâm
Kính tặng Sensei Bodhin

"Bồ Đề Tâm"
thầy đặt
tên tôi

Tạm giả
danh gọi,
có thế thôi!

Không vật,
không tâm,
không tên tuổi

Không tử,
không sinh,
không nổi trôi

Bodhi Heart
Dedicated to Sensei Bodhin

The teacher
named me
Bodhi Heart.

It is merely
a fictitious name.

The true nature is neither
a thing nor a mind;
it has no name and no age.

That is neither
death nor birth,
nor reincarnation.

Tỉnh Mộng Đi Thôi, Trở Về Nguồn

Hằng sa kiếp rồi, mãi lăn trôi
Cứ lạc loài thôi, quên hết lối về rồi
Ôi thương đau! Trở về mau
Nổi trôi chi hoài, trong biển nước mắt thương đau!

Sao mỏ chi mãi? Tỉnh mộng đi thôi
Ôi tiền tài! Ôi danh vọng! Ôi sắc đẹp! Ôi cuộc đời!
Dù lộng lẫy, huy hoàng như ánh sáng mặt trời
Cũng chỉ là bọt sóng, là sương sớm, là vọng lôi

Sao mỏ chi mãi? Tỉnh mộng đi thôi
Mở đến bao giờ mới nguôi?
Mở suốt ngày đêm!
Mơ hết cả cuộc đời

Wake Up And Return To The Source

For countless lifetimes, you have been adrift.
You may feel lost, struggling to find your way back.
Oh, the pain! Please return swiftly.
Why are you drifting endlessly in a sea of tears and pain?

Why dream? It's time to wake up!
Oh, money! Oh, fame! Oh, beauty! Oh, life!
Even if it is splendid and brilliant like sunlight,
it is merely foam, morning dew, and an enticing illusion.

Why do you continue to dream? It's time to wake up.
When will you cease dreaming?
You are dreaming all day and night!
Your life is filled with dreams.

Muôn kiếp người:
Có ai mà không khóc than?
Có ai mà không nát tan?
Mà không mất mát?
Mà không hoạn nạn, điêu tàn?

Ôi làm sao?
Làm sao tỉnh mộng thật, cho hết chơi vơi?
Làm sao biết đường nào, về nguồn về cội?
Làm sao hết vô minh, không còn ngu tối
Làm sao có tự tại, dứt sạch nghiệp luân hồi?
Về:
Cứ Thiền đi sẽ biết đường về
Cứ Thiền đi là hết si mê
Thiền, cứ Thiền không còn đau khổ
Thiền tu xong, trọn vẹn muôn bề

In every human life:
Who does not cry?
Who remains resilient?
Who does not experience loss?
Who has not experienced hardship and desolation?

Oh, how is that possible?
How can one awaken from this dream and stop feeling lost?
How can one determine the correct path to return to the source?
How to Overcome Ignorance and Embrace Knowledge
How can one attain inner peace and break the cycle of karma and reincarnation?
Return:
Just meditate, and you will uncover the path back.
Just meditate, and you will transcend ignorance.
Meditation: Simply practice meditation, and you will experience a reduction in suffering.
After practicing meditation, you will experience a sense of fulfillment in every aspect of your life.

Ai Đứng Đây

Người ấy hôm xưa đã ngất ngây
Danh tài, ái dục lấp sâu dầy
Giờ:
Mắt sáng, y vàng, đầu sáng đẹp
Rạng rỡ hoa cười, ai đứng đây?

Who Is Standing Here?

That person was once intoxicated
Fame and wealth, lust and lust are deeply filled
Now:
Bright eyes, golden clothes, and a beautiful head.
Who is standing here with a radiant smile?

Vu Lan
(Phổ Nhạc)

Vu Lan, Vu Lan, nghĩa thật thâm sâu
Vu Lan, Vu Lan, đẹp tựa ngọc châu
Vu Lan biểu lộ:
"Lòng hiếu thảo, dạ ghi ân bất diệt,
Ơn mười phương, có sức sống nhiệm mầu"

Kia: "Toàn một năng lực linh thiêng, vi diệu
Không sắc, sắc không, huyền diệu biết bao nhiêu!"
Muôn loài, muôn vật hòa nhịp sống đáng yêu
Động tịnh, âm dương cùng thể, tuyệt mỹ miều

Vu Lan dâng bông
Em cài đóa hồng
Anh cài bông sắc
Chị cài bông không

Vu Lan
(With music)

Vu Lan, Vu Lan, its meaning is profound.
Vu Lan, Vu Lan, as beautiful as pearls.
Vu Lan expresses:
"Filial piety and eternal gratitude,
 from ten directions possesses miraculous vitality."

That is a sacred, miraculous power.
Form and emptiness, emptiness and form—how mysterious!"
All species and things exist in harmony with the beauty of life.
Movement and stillness, positive and negative intertwined, are gorgeous.
Vu Lan offers flowers.
You are wearing a rose.
I am wearing a colorful flower.
You wear a simple flower.

Vu Lan dâng bông
Bé cài bông vàng
Cô cài bông tím
Thầy cài mầu không

Không là sắc, sắc chẳng khác không
Hoa là sắc, sắc chính là bông
Hoa là không, bông cũng là sắc
Sắc cùng không đồng thể mênh-mông

Ồ: "Phải chăng chỉ đồng một đóa chân không?"
Ôi tuyệt vời thay là không, sắc, dung thông
Vũ trụ ngay em, này: "Âm dương đồng nhất"
Mẹ, hoa, em này: "Cùng thể thật mênh mông..."

Vu Lan offers flowers
Children wear yellow flowers.
My aunt wears purple flowers.
The master dons the hue of emptiness.

Emptiness is form; form is no different from emptiness.
The flower embodies form, and form defines the flower.
A flower embodies both emptiness and form.
Form and emptiness share the same vast essence.

Oh, is it merely one flower of emptiness?
Oh, how wonderful it is when emptiness and form come together!
The universe, my dear, is a harmonious balance of Yin and Yang.
Mother, flower, and you are one magnificent entity...

Khắp chúng sinh chung một Tánh-Linh
Sắc với không, nào khác chi mình
Không và sắc dung thông siêu thế
Mẹ, hoa, cha, linh-diệu toàn minh

Này này:
Dịu mát, chan hòa vi diệu thay!
Cành hoa vẫn đấy, ngay trên tay
Muôn mầu sắc, và không mầu sắc
Cha chẳng đi đâu, cha vẫn đây

Mẹ chẳng đi đâu, mẹ cũng đây
Ngay trên ngực áo, cài hoa ấy
Hoa nào, mầu nào mà chả vậy
Hóa hiện, nhiệm mầu, ai có hay?

All living beings share the same spiritual nature.
Form and emptiness are no different from us.
Emptiness and form interpenetrate the universe.
Mother, flower, father—miraculously and completely enlightened.

Hey hey:
How cool and wonderfully harmonious!
The flower branch is still here, right in my hand.
Many colors and no colors.
Father is not going anywhere; he is still here.

Mom is not going anywhere; she is still here.
Right on the chest of the shirt, adorned with that flower.
Any flower, regardless of its color, is essentially the same.
Manifesting is miraculous; who knows?

Thắng Hội Vu Lan
Nam Mô Đại Hiếu Mục Kiền Liên Bồ Tát Ma Ha Tát

Linh thiêng, cao đẹp nghĩa Vu Lan
Rộng rãi, thâm sâu, ý ngút ngàn
Dù nói ra sao, đều Chính Đạo
Tuyệt vời thay, mùa báo hiếu Vu Lan

Làm gì, trong Thắng hội Vu Lan?
Đem hết tim gan để đáp đền
Dưỡng dục, sinh thành như biển cả
Khổ nguy, đâu có nệ gian nan!

Hy sinh, can đảm chẳng hề than
Cùng cực tận cùng của thế gian
Muôn một đáp đền, ơn nghĩa nặng
Nương nhờ công đức hội Vu Lan

The Vu Lan Festival
Nama The Great Filial Piety Maudgalyayana Bodhisattva

The sacred and noble meaning of Vu Lan.
The meaning is broad, profound, and boundless.
No matter how it is expressed, it is the right path.
Wonderful, it is the season of filial piety, Vu Lan.

What activities are associated with the Vu Lan Festival?
Give your all to repay.
The debt of nurturing and birth is comparable to the vastness of the ocean.
Paying back parents brings happiness to children.

Parents make sacrifices and courageously care for their children,
never complaining even when they go to the end of the earth.
It would be challenging for children to express their deep gratitude
if they did not rely on the virtues of the Vu Lan Festival.

Cha mẹ hiện tiền, con kính thương
Nâng niu, chiều chuộng, đủ muôn đường
Kiên trì, lễ độ khi chăm sóc
Trung hậu, ngọt ngào, dạ sót thương

Hiếu trả, nghĩa đền, nguyện thập phương
Mẹ, cha quá vãng được lên đường
Lên đường thiện chính, luôn an lạc
Chân chính theo đường, Đấng Pháp Vương

When your parents are alive, respect,
cherish, and pamper them in every way.
Be patient and polite while caring for them.
Show kindness, sweetness, and compassion.

Children should express their gratitude to their parents by repaying their kindness.
They can pray for their parents to experience peaceful lives,
to enter the realm of goodness and happiness, and
to genuinely follow the path of the Buddha.

Trọn Vẹn Vu Lan
(Phổ nhạc)

Làm sao ta trọn vẹn nghĩa Vu Lan?
Như trời cao, biển rộng, sâu ngút ngàn
Dù trả thế nào, đều trong muôn một
Tuyệt vời thay, trọn vẹn nghĩa Vu Lan!

Hiếu trọng ra sao, trọn vẹn u Lan?
Tứ ân, lo đền đáp hết tim gan
Cha mẹ, tổ tiên, trưởng sư, thầy tổ
Ân trả đồng đều, dâng trọn vẹn tâm can

The Full Meaning Of Vu Lan
(With music)

How can we fully embrace the meaning of Vu Lan?

As high as the sky and as vast and deep as the ocean.

No matter how much we repay, it is only a small fraction of the total amount owed.

How wonderful it is to fully embrace the meaning of Vu Lan!

How to show filial piety and celebrate Vu Lan?

The four graces, repay with all your heart.

Parents, ancestors, teachers, and patriarchs

Repay kindness equally; offer it with all your heart.

Không đợi chờ chi đến ngày tháng Vu Lan
Sát na, từng phút giây đều không quên làm
Ơn cả chúng sinh,
hữu tình, vô tình, cỏ cây, đất đá...
Đáp đền muôn loài, tạm trọn vẹn Vu Lan

Tuyệt đối là sao, ta trọn vẹn Vu Lan?
Tìm kiếm minh sư, dù phải trải gian nan
Tu sao thật đúng y, chân chính pháp
Toàn giác, giác rồi, đấy trọn vẹn Vu Lan

Don't wait for Vu Lan Day.

Every moment and every minute, remember to express gratitude

to all living beings—both sentient and insentient, including grass, trees, and rocks.

Repaying all beings is an essential aspect of Vu Lan.

What does it mean to be completely fulfilled in Vu Lan?

I am seeking a wise teacher, even if it means enduring hardships.

Practicing the True Dharma correctly

Full enlightenment, or complete Vu Lan, represents the pinnacle of spiritual awakening.

Cha

Cha là trăng soi sáng vườn chè
Cha là hoa phượng vĩ đỏ hoe
Cha là ve sầu kêu tỉnh thức
Mở mắt ra, thi học Ê, E

Nhìn kỹ, đọc rành, một chữ E
Miệng thì đọc, mà tai thì nghe
Chỉ lo muôn đời con chẳng hiểu
Chẳng nhớ, chẳng lòng, một chữ E

Father

The father is like the moon that illuminates the tea garden.
The father is like the vibrant red royal poinciana flower.
Father is like the cicada that awakens you,
encouraging you to open your eyes and learn to say Ê, E.

Please look closely and read the letter E clearly.
When your mouth speaks, your ears listen.
The father is concerned that his child does not
understand, remember, or know the letter E by heart.

Mẹ
(Phổ nhạc)

Nhắc đến mẹ yêu, ai chẳng rưng rưng
Giọt lệ càng nén, càng sa, chẳng dừng...
Khi hiếu để, nhiều khi không phải thế
Nên sót sa, hối hận mãi, không ngưng

Lệ lưng tròng, mẹ bày tỏ não nùng
Chua sót nào, so cõi đời thua thắng!
Có những lúc, giông bão đời cay đắng
Mẹ âu sầu, con thấy tim rụng, trời rung

Mother
(with music)

When hearing about a beloved mother, tears often

well up in everyone's eyes, making it difficult to hold back their emotions.

Those who are devoted to their parents may sometimes struggle

to fulfill their filial duties, leading to feelings of sorrow and endless regret.

There are moments when I find myself crying while listening to my mother

share stories about life, especially when I feel disheartened by the struggles of winning and losing.

There are times when my mother feels sadness due to life's hardships,

and in those moments, I can feel my heart tremble, as if the earth and sky are shaking.

Mắt nhung huyền, mẹ biến sắc đỏ, sưng
Mà mình tưởng như gan bào, ruột thắt
Con hủ dại, mẹ càng thêm héo hắt
Khi thảo ngoan, thoáng một chút tủi, mừng

Mộng với ảo, nên sáng tối chẳng đừng
Chấp làm chi, trò múa rối lung tung
Dù cuộc đời đầy não nùng, mưa nắng
Huyễn hóa mà thôi, dối gạt mung lung

There are moments when my mother's dark eyes become red and swollen,

and I feel as though my liver and intestines are being torn apart.

When I act foolishly, my mother's heart grows heavier.

When I am well-behaved and obedient, my mother expresses a bit of joy.

Life is like a dream; light and darkness are in constant motion.

Do not waste your time with the puppet shows of life.

Even though life is filled with both rain and sunshine, as well as

moments of dissatisfaction, it is all an illusion; nothing is truly real.

Con nhỏ nhẹ:
"Mẹ! Mẹ ơi! Đừng hãi hùng huyễn mộng
Sóng gió nào, cũng chỉ đóa chân không
Hỏi những ai! Dù ngoan hay bất hiếu!
Đừng phạt mình, vì mẹ vẫn dung thông"

Mẹ thì thầm:
"Phải sắc không, đồng thể, , rộng mênh mông?
Mẹ vẫn đây, từ ngọn cỏ, bông hồng...
Vẫn nơi con, dù việc nhỏ, việc lớn
Ngủ, nghỉ, ăn, làm, nào có rỗng không?"

I gently said to my mother, Do not be afraid of illusions,
for all storms are merely manifestations of emptiness.
All children, whether good or bad, should remember
that a mother's heart is always forgiving.

Mother whispered that it is true: form is still emptiness, contained within the same vast and immense body.

Mother is still present, manifesting in every blade of grass and every rose.

She remains with her child, whether the task is small or large. When the child sleeps, rests, eats, or works, is there truly anything that is empty?

Người Là Ai?
(Phổ nhạc)

Mẹ là năng lượng ấm, tràn ngập thân con
Mẹ là suối nước, nước tươi mát ngọt ngon
Mẹ là gió, gió nhẹ, lùa trên mái tóc
Mẹ là đất, dinh dưỡng, muôn loài ghi ơn

Thân mẹ mênh mông, vũ trụ, trời xanh, ngân mé nào là chót?
Tiếng hò mẹ, suối reo vang, sóng bể đàn, chim trời ca hót
Lời mẹ ru hay khúc nhạc hòa, khi bổng, khi trầm khi thảnh thót
Ôi bàn tay! Bàn tay huyền diệu, mẹ biến hóa đại địa, sơn hà...

Who Are You?
(with music)

Mother is the warm energy that fills my body.

Mother is like spring, a source of fresh, sweet water.

Mother is the gentle wind, softly blowing through my hair.

Mother is the earth that provides nourishment, and all beings are grateful.

A mother's body is vast and immense, like the universe and the boundless blue sky.

A mother's song is like the sound of a stream, the rhythm of ocean waves, and the melody of birds singing.

A mother's lullaby is a harmonious melody, varying in pitch—sometimes high, sometimes low, and always melodious.

Oh, the hand! The enchanting hand has the power to transform a mother into the expansive land, mountains, and rivers...

Huyễn hóa sắc không, sao mẹ khéo thêu dệt mãi chẳng hề ngưng?
Nụ cười tươi, là chính hoa sao trời lấp lánh, nở tưng bừng
Mắt thái dương, muôn tia nháy, mẹ đùa trêu con, đầy hóm hỉnh!
Vàng trăng tròn, trí sắt son, mẹ dõi theo con mãi không dừng

Khuôn mặt mẹ, vừa bình thản, cũng vừa đầy sống động
Hoa vẫn cười vui, mà vẫn tĩnh lặng, lặng như không
Y giọt nước này, ồ! Ta hãy chăm chú nhìn trông
Dung nhan mẹ hay con, hỏi làm sao mà phân biệt?

Why does a mother skillfully weave the illusion of form and emptiness without pause?

Mother's bright smile is like a sparkling starflower in the sky, blooming radiantly.

Mother's eyes are the sun, with a thousand flashes. Mother teases her child, full of humor!

The golden full moon shines brightly as a steadfast mind, while a mother watches over her child without pause.

Mother's face is both calm and vibrant.

The flower continues to smile happily, yet it remains still and silent, as if nothing is happening.

Let's examine this drop of water closely. Let us examine it closely.

How can we distinguish between a mother's face and a child's face?

Cùng cặp chân chung, hỏi ai đang cùng đi, cùng bước?
Đi trước, bước sau, hay chúng ta cùng chung một lượt?
À vẫn y trang, từ lúc cha mẹ chưa hề sinh
À vẫn y trang, vì sóng nào mà không là nước

Đừng sợ hãi, mà cũng đừng sửng sốt
Ai vừa thốt một tiếng: "Mẹ" rồi im?
Người là ai, mà bí mật, im lìm?
Là mẹ, là con, phải, ta cùng bật nói?

Who is walking together, taking the same steps with the same pair of legs?

Are we going first, following, or are we all in the same place?

We have remained the same since before our parents gave birth to us.

Still the same, because what wave is not made of water?

Don't be afraid, and don't be surprised.

Who just said "Mother" and then fell silent?

Who is this person who is so secretive and silent?

Is it Mother? Is it a child? Yes, let us all speak.

Nếu quả thế, thì hết rồi bối rối
Vu Lan này, chẳng còn khóc lôi thôi
Dù đỏ, trắng, bông hồng nào chẳng thế
Mẹ, hoa, tôi, cùng thể một mà thôi

Ai đang cài đóa hoa hồng trên ngực áo?
Ai đang nhìn hoa mỉm miệng cười tươi?
Gặp mặt thôi, mà thật chưa biết người!
Cố gắng nhé, tầm cho ra người ấy

If that is the case, then we have cleared up all the confusion.
This Vu Lan, there will be no more tears.
Whether red or white, every rose is unique.
Mother, Flower, and I are all one.

Who is wearing a rose on his chest?
Who is gazing at the flower and smiling?
I just met this person, but I don't really know them yet.
Strive diligently to discover that individual.

Thấy Nghe

Từ bi, huyền diệu Đức Quan Âm
Thấy nghe trọn vẹn, thật viên thông
Nghe người rên xiết trong ngục tối
Thấy nước mắt sâu, ngập núi sông
Thấy thấy, nghe nghe, đều cứu độ
Chẳng sót loài nào, em biết không?

Seeing Ang Hearing

Guanyin Bodhisattva embodies compassion and miraculous qualities.

He possesses complete and true omniscience, seeing and hearing all.

He hears the groans of individuals trapped in dark prisons

and witnesses tears that fill the deep seas and flood mountains and rivers.

He perceives the suffering of all beings and is committed to saving them,

leaving no species behind. Are you aware of this?

Cực Lạc Thế Giới

Tánh không, duyên hợp tựa áng mây
Thức tỉnh, đừng say, đừng ngất ngây
Gió cuốn, mây bay, là vạn pháp
Chân Không Diệu Hữu, chẳng rời đây

Nhiệm mầu, vi diệu, những hàng cây
Ngọc ngà, sai trái, pha lê dầy
Bóng mát lọng che, tươi xanh mướt
Niết Bàn Cực Lạc, chính là đây

Này hoa treo, ồ! Bảo Cái
Đây liễu rũ, chính Tràng Phan
Rực rỡ làm sao?
Nụ cười Thái Dương thật huy hoàng!

World Of Superior Bliss

Nature embodies emptiness, where conditions converge, much like clouds.

Stay alert; avoid being drunk or intoxicated by the distractions of this world.

The wind blows, clouds drift, and then all phenomena arise.

True Emptiness, Wonderful Existence, never leaves this place.

The rows of trees stand in a magical and enchanting manner,

adorned with fruits that resemble precious gems, sparkling like crystals.

The shade provided by the trees forms a fresh and vibrant green canopy.

This is Nirvana—extreme bliss.

Oh, hanging flowers! The precious umbrella.

These are drooping branches, the cherished flags.

So splendid!

The smile is as bright as the sun—so splendid!

Tiếng chim ngân cao,
À! Em đang thuyết pháp

Róc rách chân đồi,
suối đàn, ca hát
Lững lờ cá lượn,
vẻ tự tại, thanh nhàn

Thất bảo ngay đây, sao lắm bạc vàng
Biển rộng, đất giầu, hầm mỏ thênh thang
Xích châu, xà cừ, lưu ly, mã não,
Muôn sắc, muôn màu, ôi! Lộng lẫy chói chang

Niết Bàn, Cực Lạc không nghĩ bàn
Bảo trì, Bát Đức cứ tràn lan
Vũ trụ, Pháp Thân không ngần mé
Tam Thân, Tứ Trí, tiếng oanh vang.

The birds chirp high in the trees.
Ah! That's you preaching.

At the foot of the hill,
 the sound of the stream plays and sings.
Slowly, the fish swim
freely and leisurely.

There are numerous treasures here, as well as a significant amount of silver and gold.
Here, there is a vast sea, fertile land, and abundant mines.
Here, there are many kinds of precious gems in
various colors and shades—oh, how splendid and dazzling they are!

Nirvana: Ultimate Bliss Beyond Thought.
Treasures abound; the Eight Virtues flourish.
The universe is the Dharma Body without limits.
Three Bodies, Four Wisdoms: The Sound of Nightingales.

Vũ Trụ Là Ta

Mười phương
là nhà
thật bao la

Không gì
ràng buộc
không lạ xa

Tự do,
tự tại
an nhiên quá!

Vũ trụ
thường hằng
vẫn chính ta

The Universe Is Me

The ten directions
encompass a
vast expanse of home.

Nothing binds;
nothing
is strange.

The freedom
is so
peaceful!

The universe
remains
constant within us.

Vi Diệu

Vũ trụ bao la thật nhiệm mầu
Trời xanh, mây trắng tận nơi đâu?
Núi sông hùng vĩ, vô bờ bến
Rừng lá hoa đầy, nước mấy sâu?

Huyễn hóa làm sao, cõi nước này
Sao dầy, trăng đẹp dệt, ô hay!
Hoa xinh lộng lẫy, khoe mầu sắc
Cây trái xum xuê, thiệt đủ đầy

Ai giăng mây tím, gió hây hây?
Ai tô lá thắm, én lượn bay?
Không, hành, thủy, lục đầy nguồn sống
Chim hót, người ca, chi sánh đây?

Miraculous

The universe is incredibly vast and full of mysteries.
Where are the blue skies and white clouds?
The mountains and rivers are majestic and limitless.
The forest is filled with leaves and flowers. How deep is the water?

How magical this world is!
The stars are scattered across the sky, and the moon is beautifully woven into the night.
Flowers are beautiful and vibrant.
The trees and fruits are lush and truly abundant.

Who spreads the purple clouds and the gentle breeze?
Who paints the red leaves and the flying swallows?
The sky, the sea, and the land are teeming with life.
Birds sing, and people sing; what can compare?

Vi diệu, linh thiêng đến thế này!
Muôn mầu, cảnh vật tuyệt siêu thay
Bàn tay huyền diệu: Ở vẫn đấy!
Cực Lạc là đây, ai có hay?

How wonderful and sacred it is!
The scenery is incredibly colorful and wonderful.
The Magical Hand: Still Here!
Who knows that the Pure Land exists here?

Tâm Bồ Đề
Kính tặng Sensei Bodhin

Đúng tên tôi
thầy gọi:
"Bồ Đề"

Tâm Bồ Đề
bản thể,
như thế!

Như thế,
"như y,"
à! Như vậy!

Chưa hề
đến, đi
cũng chẳng về

Bodhi Heart
Dedicated to Sensei Bodhin

The Zen master
addressed me by
my true name: Bodhi.

The essence of
the Bodhi heart is
precisely that!

Like that, like that.
Indeed, that is
the case.

There is no coming,
no going,
and no returning.

Hết Lôi Thôi

Dù động, dù tịnh, quy về một mối
Một mối vượt nốt là hết lôi thôi
Siêu cả sắc không, vượt ngoài sinh tử
Toe toét nụ cười Di Lặc đây rồi!

Out Of Trouble

Whether in motion or at rest, all things return to a single source.

When this confusion is resolved, the practitioner

transcends both form and emptiness, as well as birth and death.

Here is Maitreya's radiant smile!

Chẳng Rời

Chăn ấm
giường êm
gối dịu mềm

Lặng lẽ
ru em
ngủ đêm đêm

Công lao
nào kể
bền một chí

Cùng em
thể đồng
chỉ ấm êm

Never Leaving

Warm blankets, soft beds,
and plush pillows

continue to
gently lull me
to sleep each night.

However, without
any acknowledgment,
they merely combine

to create a cozy
and inviting space.

Không Nhà

Màn trời, chiếu đất, gối sương đêm
Tĩnh lặng, ru em ngủ êm đềm
Nóng lạnh một lòng không buồn tủi
Trời đất chính nhà, sương chính em

Lang thang đây, đó, vẫn bình yên
Không gì ràng buộc, sao thần tiên!
Đói, no nào kể, trời bố thí
Chẳng giàu, chẳng nghèo, thật an nhiên

Homeless

The sky, the ground, and the soft pillow of night dew gently lull me to sleep.
Despite the contrasting temperatures, I am not sad.
The sky and the earth are my home; the dew is a part of me.

Wandering here and there, I remain at peace.
Without any constraints, I feel like a fairy!
Hunger and fullness are inconsequential; divine beings have provided sustenance.
Neither rich nor poor, I am truly at peace.

Tịnh Khẩu

Tịnh khẩu ngoài,
mà lại
nói bên trong

Khi tình,
Khi tưởng,
sao cứ rối mòng?

Chớ lo,
đừng sợ,
cũng đừng theo vọng

Từng niệm
rõ ràng, lặng biết
là xong

Keeping Silent

Why do you remain silent
while your mind
continues to chatter
creating confusion among
your feelings and thoughts?

Don't worry; don't be afraid,
and don't allow your mind
to chase after illusions.

Observe each thought
clearly; simply acknowledge
it silently, and that's enough.

Even when you
understand clearly, your mind
may still struggle to let go.

Tuy rõ biết,
nhưng Tâm
chẳng dính đâu
Chỉ thản nhiên,
như nước
chảy qua cầu

Không nhiễm-ô Trần,
khi Thức,
Căn dụng ứng

Tịnh khẩu
trong ngoài
thôi đã đồng nhau

Remain calm,
like water flowing
beneath a bridge.

Avoid letting your mind
become entangled in the
external world when your
consciousness and senses engage with it.

Keep your mind tranquil
and refrain from speaking.

Tiếng Khóc Than
(của hữu tình)

Đầu, chân đều trảm, thịt nát xương tan
Ôi rụng rời! Em dãy dụa khóc than
Thấp cổ, bé họng, nào ai đếm xỉa!
Thôi thí mạng này, no bụng thế gian

Crying
(of sentient beings)

The head and legs were severed, the flesh was crushed, and the bones were fractured.

Oh my God! I saw the animal struggling and crying.

No one cared about the lowly, small animal.

This life merely fills people's stomachs.

Lễ Tạ Ơn

Chẳng gì so sánh, chẳng gì hơn
Lễ Vu Lan và Lễ Tạ Ơn
Danh từ tuy khác, nhưng đồng nghĩa
Cao đẹp tuyệt vời, ôi Lễ Tạ Ơn!

Cảm động làm sao, cùng khắp nơi nơi
Xa cách ngần nào cũng cố về thôi
Con, cháu, mẹ, cha, gia đình chờ đợi
Xum họp cùng cầu, đáp Lễ Tạ Ơn

Thanksgiving

Nothing compares to the Vu Lan Festival
and the Thanksgiving Festival; both are truly exceptional.
Although the names differ, they are synonymous
in their beauty. Oh, how wonderful the Thanksgiving Festival is!

The poignant image of individuals, regardless of their location
or distance, striving to return home for the ceremony
where their mothers, fathers, children, and families await them is truly moving.
They long to reunite with their loved ones to celebrate Thanksgiving together.

Ngày ấy linh thiêng
hỏi ai không tu phước?
Tạ trời, người,
Thượng Đế ngài đang ban nguyện ước
Tạ muôn loài, muôn vật đất đá, cỏ cây
Tạ cha mẹ, tổ tiên, ân sư, đất nước...

Nhưng chẳng chờ chi đến ngày Lễ Tạ Ơn
Mà sát na, giây phút đều làm vẫn hơn
Dù ở nơi nao?
Chỗ nào ta đều ghi ân như thế
Cũng đừng:
sát hại sinh vật quá nhiều,
đấy tột nghĩa Tạ Ơn.

That day is sacred, and everyone practices virtue together.

They express gratitude to heaven and earth, requesting that their wishes be fulfilled.

They express gratitude to all living beings, as well as to inanimate objects such as rocks, grass, and trees.

They express gratitude to their parents, ancestors, teachers, and country.

But don't wait until Thanksgiving to think about this;

keep it in your heart wherever you go.

Remember to respect all living creatures,

for harming them would undermine the true meaning of Thanksgiving.

Ân Nghĩa

Đầy đặn, vuông tròn, đạo kế bên
Ơn ai một chút, chẳng hề quên
Không bạc bẽo, vong ân, bội nghĩa
Dù người chẳng kể, phận ta đền

Live With Integrity

In life, act with kindness and in accordance with the Dharma.

When you owe someone a favor, be sure to remember it.

Never mistreat others.

Even if no one reminds you, make sure to repay those who have helped you.

Bồ Tát Thí Thân

Chân, đầu đều trảm, thịt nát, xương tan
Ôi rụng rời!
Nhưng em chẳng hề than
Toàn gia, tỷ họ hy sinh mạng sống
Bố thí cho đời no ấm, bình an

Từ bi cùng tột, chẳng quản gian nan
Thân mạng không màng, oán ân đã vượt
Mười phương, ba cõi cho đều, đồng lượt
Phải chính em là Bồ Tát thí thân?

Bodhisattvas Give Away Their Bodies

Legs and heads were severed. Flesh was torn, and bones were shattered.

Oh, how broken you are! Yet, you never complained.

Your entire family and community sacrificed their lives,

providing for the world so that others could be well-fed and live in peace.

You have lived with the utmost compassion, despite facing hardships.

You have neglected your life, overcoming both resentment and gratitude.

The ten directions and three realms are provided equally.

Are you the Bodhisattva who gives their body?

Linh Tâm
(Vô tình)

Em là loài vô tình, vô tri, vô giác
Là thuốc, hoa, rau trái, vật dụng cúng dường
Là ngọc thực, dâng đời đỗ tội sát sinh
Là đất, nước, gió, lửa, núi đồi bát ngát

Em là loài vô tình, vô tri, vô giác
Cùng khắp nơi nơi, dịu hòa, man mác
Muôn sắc, muôn mầu, rực rỡ huy hoàng
Lấp lánh sao dầy, trăng soi bàng bạc

Em là loài vô tình, vô tri, vô giác
Là mây lượn, trời trong, hoa xinh tuyệt tác
Là không gian vắng lặng, thái dương chan hòa
Là Bờ Giác, Linh Tâm ngay đây nào khác!

Spirit
(Insentient species)

You are an inanimate, unconscious entity.

You are medicine, flowers, vegetables, fruits, and offerings.

You are nourishment, provided to the world to help them avoid the sin of taking life.

You are the earth, water, wind, fire, and the vast mountains and hills.

You are an unconscious, inanimate, and insensate being.

You are omnipresent, gentle, and expansive.

You possess a multitude of colors and shades, radiating brilliance and splendor.

The stars twinkle, and the moon glows with a silvery light.

You are the unconscious— the inanimate, the unaware.

You are the floating clouds, the clear sky, and the beautiful flowers.

You are the silent space— the harmonious sun.

You are the Edge of Awareness, the Spiritual Mind, right here!

Cảm Đề
Thiền thơ không tên của Chân Thiền

Thiền vị hòa dâng ý nhiệm mầu,
Thơ nghiêng nguồn dạo vợi chung sầu.
Không không, sắc sắc hồn nhiên thấm,
Tên vượt thanh âm, vượt vọng câu.

Thiền lắng lặng nghe tiếng dảo diên,
Thơ vung gươm trí nhập vô biên.
Không sân, si, mạn, không lười biếng,
Tên lững lờ qua bóng dáng thiền.

Writing From Empathy
Untitled Zen Poetry by Chân Thiền

Zen intertwines with enigmatic significance.

Poetry derived from the source of Dharma alleviates readers' sorrow.

Emptiness and form naturally permeate the page.

Names transcend sound and surpass all desires.

The Zen practitioner listens to the rising and falling sounds,

crafting lines of poetry with the sword of wisdom to illuminate the infinite.

There is no anger, ignorance, arrogance, or laziness.

The name resonates within the reflection of Zen.

Thiền đi chậm rãi khắp nơi nơi,
Thỏ nhả không hoa vũ trụ cười.
Không chút vương mang hương sắc huyễn,
Tên trong trong suốt mọi chân trời.

Thiền nói chân ngôn hướng dẫn đời,
Thơ mang diệu lý, ý không lời.
Không chau truốt ngọc, không e ngại,
Tên vẫn không tên! Trăng nước thôi!

Đầu Xuân Canada năm 2000
Thích Tâm Châu

The Zen practitioner walks slowly, reciting lines of poetry that cultivate flowers of Emptiness, bringing laughter to the universe.

In the practitioner's heart, there is no attachment to the illusions of fragrance and beauty.

The name is evident across all horizons.

Zen practitioners express truthful words to guide others,

crafting lines of poetry that convey profound principles and unspoken meanings.

With no pearls to polish, they live without fear.

The name remains unknown! It is merely the moon reflecting on the water's surface!

Early Spring, Canada, 2000
Thích Tâm Châu

Giới Thiệu Thi Tập Của Tịnh Liên

Diệu pháp thậm thâm đã giải bày
Lộ cơ huyền diệu thật mầu thay!
Là chuông cảnh tỉnh đêm trường mộng
Dìu dắt chúng sanh khỏi đọa đày
Pháp đốn tiệm huyền hư huyễn thật
Tam thừa cửu phẩm thẳng đường ngay
Nhứt tâm bền chí công phu luyện
Thấu đạt huyền cơ chắc có ngày

Hòa Thượng Pháp Chủ Thích Giác Nhiên

Introduction To The Poetry Collection By Tịnh Liên

The profound teachings of the Dharma have been revealed.

The mysterious and astonishing revelation is truly remarkable!

It is a bell that awakens us from the dreams of the night,

guiding sentient beings away from suffering.

Understanding that both sudden and gradual methods are ultimately illusory,

readers will embark on the correct path, transcending the three vehicles and nine grades.

With single-minded determination, diligent practice will eventually

lead practitioners to understand the mysterious revelations.

Most Venerable Dharma Master Thích Giác Nhiên

Đề Bạt

Tịnh Liên nhập cảnh Chân Thiền
Thăng hoa Phật tánh an nhiên tu hành
Hồn thơ thấm đượm tâm kinh
Liễu ngộ diệu hữu chuyển mình chân không...
Đôi lời đề bạt cảm thông
Trân trọng giới thiệu trong hàng Thiền gia

Hòa Thượng Chính Tư Duy Thích Minh Thông

Introduction

Tịnh Liên enters the realm of True Zen,

perceives Buddha nature, and practices with tranquility.

Her poetry is imbued with the essence of the Heart Sutra,

conveying the profound understanding of how miraculous existence is intertwined with true Emptiness.

I have composed a brief introduction,

respectfully inviting those who practice Zen to read it.

Most Venerable Chính Tư Duy Thích Minh Thông

Mấy Lời

Tiếng thơ là tiếng nói cõi lòng
Người yêu non nước hẹn non sông
Người tìm giải thoát say mùi đạo
Vạn pháp xưa nay vốn tánh không

Văn chương chủ nghĩa chỉ trò chơi
Bản thể chân tâm vốn không lời
Ai mải miệt mài tuồng ảo hóa
Thuyền đời không bến đỗ chơi vơi

Nơi đây xin nhắn gửi mấy lời
Thế sự thăng trầm những đầy vơi
Chuyển hướng thuyền đời về bến giác
Bình minh rực sáng tánh muôn đời
Rằm Tháng Tám, Canh Thìn, 2000

Rằm Tháng Tám Canh Thìn 2000
Thích Đức Niệm

A Few Words

Poetry is the voice of the heart.

Those who cherish mountains and rivers will encounter both.

Those who seek liberation cherish the fragrance of the Dharma.

All phenomena are inherently devoid of substance.

Literature and language are merely a game.

The true nature of the heart cannot be expressed in words.

Who is so engrossed in the illusion of play?

The boat of life has no place to dock; it is merely drifting.

Here, I would like to share a few thoughts.

The fluctuations of life will always be accompanied by both challenges and triumphs.

Turn the vessel of life toward the shore of enlightenment.

You will witness the dawn shining brightly, illuminating the beauty of nature.

Full Moon of August, Year of the Dragon, 2000
Thích Đức Niệm

Kính sư cô Chân Thiền,
Lão bệnh tỳ khiêu có ít chữ tán thán công đức của Bồ Tát, được in ra là tỏ tấm lòng với mọi người: "Thế giới không hoa."

Đường Giác Ta Đi

Đường Giác ta đi
Danh mà chi
Lợi mà chi
Danh danh, lợi lợi có ra gì
Danh hay lợi đều không cả
Thiền Tịnh, một đường
Chính giác ta đi

Hòa Thượng Tâm Thành

Venerable Nun Chân Thiền,
This elderly, ailing monk has a few words to praise the virtues of the Bodhisattva, expressed to reveal his heart to all: "The world blooms with Emptiness."

We Walk On The Path Of Enlightenment

We walk the path of Enlightenment,
disregarding fame
and profit.
In reality, fame and profit are worthless;
they are merely illusions of emptiness.
Zen and Pure Land also represent
a true path to Enlightenment
that we are pursuing.

Most Venerable Tâm Thành

Thiền Thơ Không Tên
hay
Cùng Vầng Trăng Soi

"Vẫn cuốn sách ấy, chỉ tên thay đổi
Nghĩa chẳng phai phôi vẫn một nghĩa thôi"

Ánh Mắt Nào

Dù cuộc đời đầy thăng trầm biến đổi
Ánh mắt nào vẫn trong trắng tinh khôi
Vẫn sắt son vẫn tha thiết sáng ngời
Siêu tĩnh động, êm đềm và sôi nổi

Untitled Zen Poems
or
With The Moon Shining

The book remains the same; only the title has changed. However, the meaning has not diminished; it remains unchanged.

Those Eyes

Even though life is filled with ups and downs and constant changes, those eyes remain pure and innocent,
loyal and bright, passionate yet
calm amidst chaos, and consistently peaceful and vibrant.

Duyên Thắm Đạo
Thay Lời Tựa

Không lâu lắm, những năm gần đây, thỉnh thoảng tôi có đọc được những vần thơ ngắn gọn của **Thanh Tịnh Liên Chân Thiền**, tôi thầm khen một tâm hồn hướng đạo chân thành và thuần tín như vậy, thật đáng quý thay... Rồi có lúc có cơ hội gặp nhau trong những dịp lễ lộc, lòng ai nấy cũng thật vui mừng.

Trước đây chừng năm tháng, bất ngờ tôi nhận được tập bản thảo có trên trăm bài thơ mà tác giả đã ân cần gởi bảo đảm về Pháp Duyên Tịnh Xá cho tôi để xin viết Lời Tựa hoặc lời nhận xét, phê bình. Thật ra, tôi quá đa đoan Phật sự, bận rộn những chuyến đi đây đó khắp nơi cho những nhu cầu sinh hoạt Phật sự, sinh hoạt cộng đồng, xã hội, văn hóa và cho những cuộc thuyết trình về Nhân quyền và Tự do Tôn giáo cho Việt Nam, thành ra tôi chưa hề có giờ đọc kỹ để ghi lời gì cả. Nhưng, âu cũng là nghiệp dĩ tiền duyên mà tôi không thể nào từ chối hoặc chậm trễ.

Số là ngày Chủ Nhật (4.3.2001) tôi về tham dự chứng minh cuộc đại lễ Cung Nghinh Xá Lợi Phật an vị tại Tu Viện Pháp Vương của Thượng Tọa Thích Nguyên Siêu, gặp quí Sư Cô Chân Như, Chân Thiền, Chân Diệu và nhân cơ hội này, quí Sư Cô mời tôi về viếng thăm Thiền Viện Sùng Nghiêm trước khi ra phi trường trở lại San Jose.

The Chance To Live The Way
Instead of a Preface

Not long ago, in recent years, I occasionally read short poems by **Thanh Tịnh Liên Chân Thiền**. I silently praised the sincerity and purity of such a spiritual mind—how precious! Occasionally, we had the opportunity to meet during festive occasions, and everyone's hearts were truly filled with joy.

About five months ago, I unexpectedly received a manuscript containing over a hundred poems that the author had graciously sent to Pháp Duyên Tịnh Xá for me to write a preface, along with comments and critiques. In truth, I have been deeply immersed in Buddhist affairs, frequently traveling for various Buddhist, community, social, and cultural activities, as well as for presentations on human rights and religious freedom in Vietnam. Consequently, I have not had the opportunity to read the manuscript thoroughly enough to write anything substantial. Nevertheless, it is a predestined karma that I cannot refuse or postpone.

On Sunday, March 4, 2001, I returned to attend and witness the grand ceremony welcoming the Buddha's relics at the Pháp Vương Monastery, presided over by the Venerable Thích Nguyên Siêu. During this occasion, I had the pleasure of meeting the Venerable Sisters Chân Như, Chân Thiền, and

Trời chiều Xuân mát dịu, trên xa lộ mênh mang, thầy trò chí tình tâm sự, ôn lại dĩ vãng mười mấy năm qua như chớp mắt - Và thoáng hơn nửa giờ, xe đã vào mảnh vườn thanh tịnh, ngôi nhà sáng trưng như đón mừng một nhà sư quen thuộc tự thuở nào...

Những tách trà nóng, bốc khói thơm tho, quyện tỏa căn phòng, hòa lẫn những tiếng cười mừng khúc khích, những lời thăm hỏi nhau vồn vã như khuyến tấn, chúc nhau, khiến tâm hồn ai nấy như tràn đầy niềm phấn khởi. Trong niềm vui thông cảm thân thương ấy được xen vào một lời hỏi chí tình của Sư Cô Chân Diệu rằng: "Thầy còn thiếu một bài thơ cho chị con, Thích Nữ Chân Như." Không ngờ về thăm Thiền Viện lại phải trả nợ THƠ. Tôi nói: "Thơ thì thơ thẩn rồi đây sẽ có liền." Tôi bảo: "Lấy tờ giấy đưa thầy sẽ viết cho." Tôi vừa cầm bút ghi được câu đầu thì quí cô đi ra ngoài cả thảy. Sau chừng bảy phút bài thơ hoàn tất, tôi kêu quí Sư Cô vào nghe thử có chịu không? Đây là bài thơ Khoán Thủ, theo luật thất ngôn bát cú đấy nhé.

Hai tiếng Sùng Nghiêm nghe thật là thanh thoát nhẹ nhàng như một cỏ duyên ngát tình đạo vị. Tôi liền ngâm bài thơ:

Duyên Thắm Đạo
Để tặng Sư Cô Chân Như

TẶNG bài thơ, gợi nhớ muôn đời
SƯ đã trọn nguyên đạt thảnh thơi
TRƯỞNG tịnh nữ lưu duyên thắm đạo
SÙNG thành tín hướng chuyển cơ ngơi
NGHIÊM trang giữa chốn hồng trần mộng
THÍCH chốn tịnh thanh thoát nghiệp đời

Chân Diệu. They kindly invited me to visit the Sùng Nghiêm Zen Monastery before heading to the airport for my return to San Jose.

The spring afternoon was cool. On the expansive highway, the teacher and student exchanged intimate thoughts, quickly reflecting on the past decade. In less than half an hour, the car entered the peaceful garden, where the house was brightly lit, as if welcoming a familiar monk from long ago.

The hot cups of tea, steaming and fragrant, filled the room, mingling with happy giggles and enthusiastic greetings that encouraged and uplifted everyone's spirits. In that atmosphere of joyful camaraderie, a sincere request arose from Venerable Nun Chân Diệu: "I still need a poem for my sister, Thích Nữ Chân Như." Unexpectedly, during my visit to the Zen Monastery, I found myself compelled to repay my debt of POETRY.

I said, "Poetry is fine; it will come soon. Give me a piece of paper, and I will write it for you." I had just picked up the pen and written the first sentence when all the nuns left the room. After about seven minutes, the poem was completed. I asked the nuns to come back in and listen to it. This is Khoán Thủ's poem, adhering to the seven-word, eight-line structure.

The two words Sùng Nghiêm sounded pure and gentle, reminiscent of fragrant grass symbolizing love and spirituality. I immediately recited the poem:

The Chance To Live The Way
Dedicated to Venerable Nun Chân Như

This poem is written to honor and forever remember you,

CHÂN chính hồn dâng Tam Bảo lực
NHƯ như lạc tận, phước bao đời....

Ngâm xong bài thơ, ai nấy như ngạc nhiên, trố mắt, sao thầy làm lẹ vậy. Chắc có lẽ vì sợ tôi quên nên tác giả thi tập "Thiền Thơ Không Tên" đã nhắc tôi xin bài "TỰA" cho tác phẩm đầu tay của vị nữ tu khả quí.

Tôi nghĩ, quí ngài Tôn Túc, Trưởng Thượng đã nhận xét đủ rồi, đâu cần đề Tựa. Và rồi duyên hôm nay nên tôi đã gợi ý lấy đề tài của bài thơ "Duyên Thắm Đạo" thay lời Tựa, rất có ý nghĩa từ lý lẫn tình. Thế là, khi về đến San Jose, trong đêm tịch tịnh, tôi lần mò ghi vội, cái vội thân cảm qua thi phẩm "Thiền Thơ Không Tên" mà tôi đã suy gẫm nát đầu, trố mắt nhìn lên, trực nhớ lý pháp sâu mầu của bài Kinh Bát Nhã mà Hòa Thượng Thượng Thủ Thích Tâm Châu đã viết Cảm Đề:

Không không, sắc sắc hồn nhiên thắm
Tên vượt âm thanh, vượt vọng cầu...

Hòa Thượng Pháp Chủ Thích Giác Nhiên trong bài Giới thiệu đã thấy rất rõ nội dung của thi phẩm, đủ lý luận: Đốn, Tiệm, Huyền, nhưng rốt cuộc cũng huyền thôi! Lấy gì mà chấp có, chấp không, chấp hay, chấp dở!

Pháp Đốn, Tiệm, Huyền hư huyễn thật
Tam thừa, Cửu phẩm thẳng đường ngay

Do vậy tác giả trọn niềm khiêm cung, dâng lời xin tha thứ, từ các bậc Thiền Đức Chủ Tôn đến những nhà cao minh trí thức.

Cúi xin người dậy khuyên

who have fulfilled your vow to practice and find ease.

As the eldest sister, you have embraced the Way

with a sincere heart on the path to liberation.

You have lived solemnly within the dreamlike realm of the secular world,

yet you still prefer the pure existence that lies beyond worldly karma.

You have devoted your entire heart to the Triple Gem,

choosing the joy of peace and the promise of endless blessings.

After listening to the poem, everyone was surprised and stared, wondering why I did it so quickly. Perhaps because she was afraid that I would forget, the author of "Untitled Zen Poems" reminded me to write the "PREFACE" for her first work.

I believe the Venerables have provided sufficient commentary, so a preface is unnecessary. However, given today's opportunity, I suggested using the theme of the poem "The Chance to Live the Way" as a preface, as it holds significant meaning both intellectually and emotionally. Upon returning to San Jose, during a quiet night, I quickly transcribed my thoughts inspired by the poem collection "Untitled Zen Poems", which I had contemplated deeply. I found myself gazing upward, directly recalling the profound teachings of the Heart Sutra, for which the Venerable Thích Tâm Châu wrote the preface.

The practitioners exist harmoniously between the realms of Emptiness and Form,

where the name transcends sounds and even desires.

Cúi xin người chỉ khuyên
Cúi xin người bảo khuyên
Cúi xin người ban khuyên

Mỗi một câu này trong bốn đoạn thơ ngũ ngôn tứ tuyệt đã thể hiện lòng khẩn niệm mong cầu được dạy, được chỉ, được bảo, được ban khuyên, thật là cảm động! Cũng do vậy mà trong bài thơ Ưu Đàm đã nói lên niềm thương của Chư Tôn Hòa Thượng, Chư vị Tôn Túc Tăng Ni đã hoan hỷ niệm tình xuống bút, ghi đậm nét vào tâm tư chân chính, nguyện vọng khiêm nhường của tác giả, tiếp nhận lý tánh hài hòa, mùi hưởng vi diệu của những đấng Đại Sư đã khiến cho nỗi mừng bộc phát của tác giả:

... Ồ! Đóa Ưu Đàm tỏa ngát hương!

(Đóa Ưu Đàm)

Đi xa vào "Thiền Thơ" của Thanh Tịnh Liên, chúng ta sẽ càng thấy thêm rất nhiều, rất nhiều mầu sắc, rất nhiều vị đạo, pha lẫn hồn thơ tỏa ngát hưởng lòng. Trong bài thơ "Gươm Bát Nhã" chứng tỏ rằng tác giả đã tiếp thu tinh thần đại nguyện của Bồ Tát Văn Thù Sư Lợi, tức là Vương Chúng Thái Tử khi chưa thành đạo, Ngài được Vua cha Vô Tránh Niệm yêu quí và khuyên bảo, nên đã phát tâm rộng lớn cúng dường

Phật Bảo Tạng và Tăng chúng trọn ba tháng mùa mưa. Lại nữa, Quan Đại Thần Bảo Hải thấy vậy mới khuyến thêm rằng: "Nay Điện Hạ đã hết lòng làm phước đức, tạo nghiệp thanh tịnh, vì hết thảy chúng sinh, cầu đặng các môn trí tuệ." Nhờ công đức ấy Văn Thù Sư Lợi phát những đại nguyện như gươm thần trí sáng, chặt đứt tất cả mọi chướng duyên, đạo quả viên thành, cũng nhờ thế Văn Thù Sư Lợi trải qua vô lượng hằng hà sa số kiếp về sau thành Phật, hiệu Phổ Hiền

In the introduction, the Venerable Dharma Master Thích Giác Nhiên clearly articulated the themes of the poems, providing sufficient reasoning for the Sudden, Gradual, and Mysterious practices. Ultimately, however, it all remains a mystery! There is nothing to cling to—neither Existence nor Non-Existence, nor Good nor Bad.

Understanding that both sudden and gradual methods are ultimately illusory,

readers will embark on the correct path, transcending the three vehicles and nine grades.

Therefore, the author humbly seeks forgiveness from all, including the Zen Master and the wise and learned.

Bowing to the one who teaches

Bowing to the one who advises

Bowing to the one who guides

Bowing to the one who encourages

Each of these four verses in the five-word quatrain conveys a heartfelt desire to learn, to be guided, to receive counsel, and to be offered advice—truly moving! This is why, in the poem the compassion of the Venerable Masters, who joyfully and thoughtfully recorded their sentiments, is deeply imprinted in the author's sincere reflections and humble aspirations. Embracing the harmonious essence and the exquisite fragrance of the Great Masters, the author's joy radiates abundantly.

As we delve deeper into the Zen poetry of Thanh Tịnh Liên, we encounter a rich tapestry of colors and flavors along the spiritual path, intertwined with the essence of poetry

Như Lai, tên là Thanh Tịnh Bảo Chỉ.

Đúng là:

> *Gươm Trí Huệ Văn Thù Sư Lợi*
> *Hét vang lên, Bát Nhã không lời*
> *Giải thoát cả mười phương ba cõi*
>
> (Gươm Bát Nhã)

Một dấu hỏi to tưởng đã ghi vào trong đầu óc của Chân Thiền. Có lẽ không phải mới đây, mà tôi nghĩ đã lâu ngày chầy tháng, khi con người đã trải qua chuỗi thời gian tràn đầy kinh nghiệm, sống cho mình, sống cho gia đình, sống cho đời, sống cho Đạo và sống cho xã hội nhân sinh. Tôi đã có dịp biết về tác giả hơn mười bảy năm qua, do một chuyến hành hương tại miền Trung Hoa Kỳ với Hòa Thượng Khánh Long, Hòa Thượng Bồ Đề cùng với Thượng Tọa Giác Chân vào năm 1984. Nói về danh vọng tiền tài thì Người cũng đã dư thừa, sắc đẹp tình yêu thì cũng không phải thiếu. Nhưng, âu cũng là định mệnh, hay duyên phúc người đã gieo tạo tự kiếp nào, trải qua vô vàn thời gian giữa trường đời danh vọng, thế quyền. Phải chăng, đây là trường lớp, là bài vở, trau luyện, trui rèn cho chí nguyện xuất thân tu hành chân chính? Hay là người đã giác ngộ:

> *"Ba vạn sáu ngàn ngày là mấy*
> *Chia phần riêng cho đấy một hòm*
> *Có gì để lại hay không?*
> *Thời gian trôi qua như một giấc ngủ!"*

Bừng tỉnh dậy:

> *Tự hỏi thân này có thật không?*
>
> (Thật Không)

that resonates and delights the heart. In the poem Sword of Prajna, the author reflects the profound spirit of the powerful vow of Bodhisattva Manjushri, who was a crown prince before attaining enlightenment. Guided and cherished by his father, King Vô Tránh Niệm, he cultivated a generous heart, dedicating three months of the rainy season to make offerings to Buddha Bảo Tạng and the Sangha.

Furthermore, the Great Minister Bảo Hải observed this and encouraged him further, saying, "you have dedicated yourself to performing good deeds and generating pure karma for the benefit of all sentient beings, you are on the path to attaining the gates of wisdom." Due to this merit, Manjushri made profound vows, akin to a brilliant divine sword of wisdom that cuts through all obstacles, leading to the perfection of the path's fruit. As a result, Manjushri traversed countless kalpas to become a Buddha, known as Samantabhadra Tathagata, and was referred to as Thanh Tịnh Bảo Chỉ.

It is true:

The Sword of Wisdom of Manjushri

Shout out, Prajna, without words.

Liberating all ten directions and three realms

(The Sword of Prajna)

A significant question has been etched in the mind of Venerable Nun Chân Thiền. This contemplation may not be recent; rather, it seems to have persisted for a long time. People have navigated a myriad of experiences, living for themselves, their families, life itself, the Dharma, and human society. I first learned about the author over seventeen years ago during a pilgrimage to the Central United States with Venerable Khánh Long, Venerable Bồ Đề, and Venerable

Rồi người cũng đã xét thấy, thấy rất rõ:

> Tiền tài danh vọng vẫn tay không

(Thật Không)

Thiết nghĩ, tác giả Chân Thiền thấm nhuần giáo lý thâm sâu, pháp mầu nhuần đượm, đèn tâm tỏ sáng, huệ trí khai minh, tu hành chân chính, học đòi hạnh nguyện Phổ Hiền, Sư Lợi. Chắc có lẽ người đã biết rằng:

> Thân này chẳng có ra chi
> Của kia lại có chắc gì mà ham!

Xét ra, đời này mấy ai được vậy. Và, tôi nói câu này có lẽ đúng một phần nào tâm tư của Chân Thiền tác giả tập thơ. Vì rằng, bài tự thán tác giả đã hỏi và đã tự trả lời một cách tự nhiên:

> Người ấy hôm xưa đã ngất ngây
> Danh, tài, ái dục lấp sâu dày...!

Giờ đây:

> Mắt sáng, Y Vàng, đầu sáng đẹp
> Rạng rỡ hoa cười, ai đứng đây?

(Ai Đứng Đây)

Chân Thiền chớ còn ai đây nữa - Nếu Chân Thiền không muốn đề cập đến tên mình, thì cứ bỏ cái tên giả tạm đó đi, mang bồ đoàn ra trước sân Thiền Viện Sùng Nghiêm giữa đêm trăng Rằm Tháng Bảy, hằng hà sa số Chư Thiên, Thiên Thần Bồ Tát sẽ cùng khen tặng "Đầu ai long lanh ánh nguyệt" và "Ai mắt sáng vo tròn nhìn trăng Huệ chiếu" miệng nở hoa

Giác Chân in 1984.

Speaking of fame and fortune, the Venerable Nun possesses an abundance of both, along with beauty and love. However, one might wonder if this is a result of fate or the good fortune she has cultivated in a past life. Perhaps this is the school, the lessons, and the training that have shaped her singular desire to become a true monastic. Or maybe the Venerable Nun has attained enlightenment.

Thirty-six thousand days is not a substantial amount of time.
Each individual will receive a coffin.
Is there anything left?
Time passes like a fleeting dream.

Waking Up:
Is This Body Real?

(Is It Real)

The author then observed, with outstanding clarity:
Money and fame will still leave one empty-handed.

(Is It Real)

I believe that the author, Chân Thiền, is deeply influenced by profound teachings. The dharma resonates within her, illuminating the mind and fostering wisdom. Her true practice reflects the principles of Samantabhadra and Manjushri. The poet must have understood that cười ngâm nga những tiếng Kệ lời Kinh, thắm tình đạo vị. Phải chăng, thỏa mãn cho lòng giữa đêm trăng trong hồn tịnh.

Ở đây, tôi muốn nhắc lại câu:

"Rạng rỡ hoa cười, ai đứng đây?"

Có phải chăng tác giả gợi cho chúng ta mỗi người ai nấy hãy tự đi sâu vào bản tánh thanh tịnh để nhận diện Phật Tâm của mình, tức là Chủ Nhân Ông, là bản thể tự tánh mà Phật đã dạy: "Tâm làm chủ, tâm tạo tác tất cả."

Thế thì câu: "Ai đứng đây?" hoặc ngồi đây hay là ở đây, ở bất cứ nơi đâu, đi bất cứ chốn nào, vào ra tự tại, tới lui an nhàn. Ấy là "Tâm tịnh tức Phật tịnh" vậy.

Tôi cũng rất ngạc nhiên, Chân Thiền đã viết bài thơ: "Ai?"

Ai Phổ Hiền? Ai Quan Âm Thế Chi?
Ai Di Đà? Ai Đức Địa Tạng Vương?
Ai Thích Ca? Ai tràn ngập tình thương?
Ai Văn Thù? Ai tuyệt vời trí tuệ?

(Ai?)

Hỏi để mà chi, khi người đã nhoen miệng
Nở nụ cười, như thích thú nơi tâm
Rồi tự mình không thể mãi âm thầm
Mới cầm bút ghi lên lời tự thú...

This body has no value.
There is no need to be greedy for anything.

In fact, how many people in this life are truly capable of doing that? I believe this statement reflects, at least in part, the thoughts of Chân Thiền, the author of these poems. In the poem addressing self-pity, the author poses a question and then answers it in a natural manner.

That person in the past was intoxicated and
deeply consumed by thoughts of fame, talent, and desire.

Now:
Bright eyes, yellow robe, and a beautiful, radiant head.
Who stands here with a radiant smile?

(Who Stands Here)

Could it be anyone other than Chân Thiền? If Chân Thiền prefers not to mention her name, then let us simply use that temporary name. Bring the cushion out to the front yard of Sùng Nghiêm Zen Monastery on the full moon night of July. Countless devas, angels, and bodhisattvas will praise, "Whose head sparkles with the moonlight?" "Whose eyes are bright and round, gazing at the luminous moon of Wisdom?" Her mouth will brim with laughter as she hums the verses of the sutras, imbued with the love of the Dharma. Surely, the sounds will fulfill the heart on a moonlit night filled with purity.

Here, I would like to repeat the sentence:
"Who stands here with a radiant smile?"

Lời tự thú mà tôi nói đây, có lẽ tác giả chẳng lấy gì làm hài lòng lắm, vì làm tội mới gọi là tự thú. Ai ngờ, nói phải, làm đúng, viết ngay mà sao gọi là tự thú. Xin tác giả và qui độc giả hãy trả lời, thay vì cho người viết.

Vòng quanh ngôi Thiền Viện, từng bước chân nhẹ nhàng, trầm ngâm tư lự, tôi có cảm nhận lạ lùng: "Một gia đình mà bốn người đồng thanh, đồng nguyện, đồng chí hướng xuất gia, thật ra cõi đời này rất hiếm."

Thanh Trí Tánh, Thích Nữ Chân Như

Thanh Tịnh Liên, Thích Nữ Chân Thiền

Thanh Diệu Đức, Thích Nữ Chân Diệu

Thầy Chân Tuệ, Thích Quảng Trí Châu

Một khối tình gắn bó thâm sâu, từ khi còn là Cư Sĩ trải qua bao chục năm trường, cho đến lúc đồng nguyện xuất gia, mà Sư Tỷ Thanh Trí Tánh đã thố lộ quyết tâm lên đường thoát tục.

Một lò hun đúc, ta cùng đi

Chọc thủng mê mờ, cùng quyết chí

Này đây hoa nở muôn vàn sắc

Vạn pháp qui về một bước đi

(Trọn Vẹn Bước Chân)

Nào ai có ngờ người em út mến yêu, người em hiền từ đạo đức, người em ít nói nhu mì, mà cũng to gan, lên dàng nếm mật nằm sương, không cần gối mộng. Thật là cùng sống có nhau, cùng đi phải lúc, không ai muốn có một ai chịu thiệt thời mất mát, thua sút trên đường vượt thoát trần ai, một bài thơ "Sư Tử Hống" chẳng phải đơn phương Sư Muội tặng cho một Sư Tỷ.

Is the author suggesting that each of us should explore our own pure nature to recognize our Buddha Mind, which is the master—the true nature that the Buddha taught: "Mind is the master; consciousness creates everything?

Then the sentence: "Who stands here?" or sitting here? or anywhere, going anywhere, coming and going freely, coming and going leisurely. Pure mind means a pure Buddha.

I was also very surprised that Chân Thiền wrote the poem titled "Who?"

Who is Samantabhadra, and who is Avalokiteshvara?
Who is Amitabha? Who is Ksitigarbha?
Who is Shakyamuni? Who embodies love?
Who is Manjushri, the embodiment of wisdom?

(Who?)

There is no need to ask any further. When the poet opened her mouth and smiled, it was as if she were pleased in her heart
and could no longer remain silent.
She picked up a pen and wrote down her confession...

The confession I am about to share may not satisfy the author, as a true confession typically arises only from the act of committing a crime. Who would have thought that simply saying or doing the right thing or writing it down immediately could be considered a confession? I invite the author and readers to respond, rather than leaving it solely to the writer.

Walking around the Zen Monastery, each step light and deliberate, I experienced a peculiar realization: "A family of four individuals, united in mind, vow, and the shared

"Sư Tử Hống" đây là tiếng gọi thức chung lòng, đã trở thành một tiếng nổ tung giữa vòm trời đại mộng.

Không hẹn thời gian để ngồi đây than thở.

Đúng thật là một tiếng gọi thức nhân sanh, chân thành từ ái. Kêu nhau những kẻ đồng hành đang còn lang thang giữa chốn chợ đời, muôn vạn đường trần bến vọng!

Sư Tử Hống gầm... thật là đây
Thức tỉnh muôn loài đang ngất ngây
Trái đất nổ tung, thời gian tử
Hành giả ơi! Này có ai hay?

Thanh Diệu Đức (Sư Tử Hống)

Viết đến đây tôi tự cảm thấy mình đã đi quá xa trên tuyến đường xa lộ, đang say mê tâm sự kẻ đồng hành, vẫn biết rằng: mình đã "VƯỢT" qua biết bao nhiêu ngã rẽ, đã "THẤY NGHE" biết bao lời gọi thức "TRỞ VỀ NGUỒN" mong người "TỈNH MỘNG," "PHÁT BỒ ĐỀ TÂM" như "CHÂN THIỀN" đã hài lòng với bổn nguyện để "THEO BƯỚC CHÂN THẦY" trọn kiếp lo tu. Ôi! Thật quí hóa thay giữa trường đời muôn vạn nẻo, người ra đi không phải chỉ độc hành, mà đã có lắm Thầy thương Bạn mến, chung quanh nâng đỡ cánh sen hồng, thế thì còn phúc nào hơn nữa...

Xin bạn đọc bốn phương sau khi đã ghé mắt dạo qua những dòng thiền tuôn chảy từ trong mạch máu buồng tim của nữ tu ẩn mình trong tịnh giới, rồi mỗi chúng ta hãy nhẹ nhàng khép những cánh Hoa Thơ và nhắm mắt lại, đựa hồn mình vãng cảnh Thiền Thơ, gẫm đời vạn lối, để thấy mình đang ở chốn nào?

aspiration of becoming monastics, is indeed quite rare in this world."

Thanh Trí Tánh, Thích Nữ Chân Như
Thanh Tịnh Liên, Thích Nữ Chân Thiền
Thanh Diệu Đức, Thích Nữ Chân Diệu
Thầy Chân Tuệ, Thích Quảng Trí Châu

A profound bond of love developed between them during their years as laypeople and continued for many decades, culminating in their vows to become monastics. It was during this time that Senior Sister Thanh Trí Tánh expressed her determination to renounce the world of suffering.

Together, we emerge from the forge.
Piercing through confusion with determination.
Here, flowers bloom in a myriad of colors.
All dharmas return to one source.

(Complete Steps)

Who would have thought that the beloved youngest brother—the virtuous and kind-hearted, the quiet and gentle—would also possess such boldness, embarking on a journey to taste honey and sleep in the dew, without the need for a pillow or dreams? It was a true experience of living and journeying together at the right moment, where no one wished for the other to suffer losses or defeat while striving to escape the mundane world. The poem "Lion's Roar" was not merely a one-sided gift from a junior sister to a senior sister.

"Lion's Roar" serves as a collective wake-up call, manifesting as an explosion in the sky of a grand dream.

"Thiền Thơ Không Tên" của Thanh Tịnh Liên, Chân Thiền là những giọt mật trong những Cánh Hoa Tạng Thiền Môn. Nhà thơ Chân Thiền đã dày công mang về Thiền Viện, kết đọng thành hàng vào những trang thơ thấm ngọt.

Tôi xin hân hạnh giới thiệu cùng các bạn yêu thơ, yêu Văn Học Nghệ Thuật, quí trọng Thiền Môn, Thích dòng Trưởng Tử hãy nắm lấy trong tay, đưa vào tủ sách gia đình, tư lương hầu gẫm mùi Thiền Vị...

Viết tại Pháp Duyên Tịnh Xá
San Jose, trong Xuân năm Tân Ty 2001
Giác Lượng - Tuệ Đàm Tử

There is no time to sit here and lament.

It is truly a call to awaken humanity—sincere and compassionate. It beckons to fellow travelers who are still wandering in the marketplace of life, navigating the myriad worldly paths and the wharf of longing!

"Lion's Roar" truly resonates here.

Awakening all beings in ecstasy.

Earth explodes, and time ceases to exist.

Hello, practitioners! Does anyone have information?

Thanh Diệu Đức (Lion's Roar)

Writing up to here, I feel that I have gone too far, passionately sharing with my companion, still knowing that I have "OVERCOME" so many crossroads and have "SEEN, HEARD" so many calls to "RETURN TO THE SOURCE," hoping that people will "WAKE UP THE DREAM" and "DEVELOP BODHI MIND" like "CHÂN THIỀN," who was satisfied with the four vows to "FOLLOW THE FOOTSTEPS OF THE BODHISATTVA" to practice for the rest of her life. Oh! How precious it is that in the midst of the myriad paths of life, the person leaving does not only travel alone but also has many loving teachers and loving friends all around holding up red lotus petals. What greater blessing is there?

Dear readers from around the world, let us gently close the petals of the Flower of Poetry and shut our eyes after briefly observing the Zen streams flowing from the heart of the nun hidden in the pure realm. May our hearts wander through the landscape of Zen poetry, traversing the myriad paths of life and discovering where we truly are.

"Untitled Zen Poetry" by Thanh Tịnh Liên, Chân Thiền, captures the essence of honeyed drops nestled within the

flower petals of the Zen Monastery. Poet Chân Thiền has meticulously gathered these moments and distilled them into a collection of beautifully crafted poetic pages.

I am pleased to introduce this to those who love poetry, appreciate literature and art, and respect Zen and Buddhism. Please take it in your hands, place it on your family bookshelf, and contemplate the essence of Zen.

Written at Pháp Duyên Tịnh Xá
San Jose, in the spring of the Year of the Snake, 2001
Giác Lượng - Tuệ Đàm Tử

Bài thơ của Hòa Thượng **Thích Tịnh Từ** *tặng* ***Sư Cô Thanh Tịnh Liên***

Thích Ca phúc trí vẹn toàn,
Nữ lòng rỗng lặng oan khiên sạch làu.
Thanh tâm suối mát nhiệm màu,
Tịnh Đức tánh thể ngàn sau tươi cành.
Liên hoa ngát nhụy tinh anh,
Phật ngay trước mắt chân thành cung chiêm.

Xuân Kỷ Mão
Rằm tháng Giêng

Poem by Venerable **Thích Tịnh Từ**, *dedicated to* **Venerable Nun Thanh Tịnh Liên**:

Shakyamuni possesses perfect blessings and wisdom.

The nun has an empty heart, remains silent, and has completely resolved her grievances.

The mind is as pure as a cool, enchanting stream.

Virtue has remained pure and steadfast for thousands of years.

The lotus flower has fragrant petals and is considered pure.

The Buddha appears before the nun, who sincerely pays homage.

Spring of the Year of the Cat
The fifteenth day of the first lunar month

Cảm Nhận Đề Tựa

Thơ là Nghiệp của Xuất Nhập thế mà Nữ Sĩ Thanh Tịnh Liên dùng tư tưởng Tâm Trần Trinh Nguyên, cốt để lập Hạnh Bồ Tát Đạo, trong cõi Sa Bà, ta xuất hiện vì nguyện Trân Sa hoặc. Nên dụng ý dùng tiêu đề "THIỀN THƠ KHÔNG TÊN." Nhằm mục đích chuyển hóa Tâm Thức con người và hiểu rằng Thiền Vốn Vô Ngôn, Vô Tự.

Chân Thiền
Rửa mặt Chân Như
Nghiêng soi hạt nước mời hư không về
Thân hương hiện Kính Bồ Đề
Phấn son chìm lặng hạt mê
Luân Hồi

Mùa Đông Nam California
Jan/2001
Chân Thường
Thượng Tọa Nhật Minh

The Compassionate Foreword

Poetry embodies the cycle of coming and going in the world, and the poetess Thanh Tinh Lien employs the concept of the Pure Mind to establish the Bodhisattva Path within the mundane realm, manifesting her vow to save sentient beings. Consequently, she deliberately chooses the title "UNTITLED ZEN POETRY" with the aim of transforming human consciousness and conveying that Zen is fundamentally unspoken and wordless.

> *Chân Thiền washes her face with the Truth of Suchness,*
>
> *tilting her head to observe the water droplet, inviting the void to return.*
>
> *The nun uses her body as a mirror, embodying the Bodhi Mirror,*
>
> *allowing the powder and lipstick to dissolve into the past of ignorance within Samsara.*

Winter, Southern California
January 2001
Chân Thường
Most Venerable Nhật Minh

*T*rong niệm hoài vọng thiết tha của tác giả "Thiên Thơ Không Tên," là dõi bước muôn nơi, góp nhặt những ánh sao rơi trên nền trời đen thẫm; Đúc kết thành một tinh khôi thực thể: Nhật-Nguyệt Tịnh Quang; Chiêm ngưỡng thiên thu trong ánh chớp, làm lặng lẽ mọi so đo, suy tư chân giả, xa lìa mọi giả danh, tham, chấp; Đạp lên cuộc đời biến hoại để trùng sinh; Nổ tung mọi con đường ảo tưởng, đối đãi, phân chia, giới hạn nơi Tự Tánh, tận cùng của vạn vật nhất như.

Pháp Tánh xin kết vào đây, một mảnh sao rơi của một: "Vầng trăng không trú xứ." Hãy nhìn lại trong ta.

Trời xanh mây trắng bay
"Sắc," "Không," thế sự bầy
Vầng Trăng không trú xứ
Chân Như cánh hạc gầy

Thượng Tọa Thích Pháp Tánh

The author of "Untitled Zen Poetry" has a passionate aspiration to follow everywhere and collect falling stars from the dark sky. The goal is to condense these stars into a pure entity: the Sun-Moon Pure Light. This journey involves contemplating eternity in the lightning, quieting all comparisons, and transcending thoughts of truth and falsehood. It requires leaving behind all false names, greed, and attachment. By stepping onto the ever-changing path of life, one can be reborn. Ultimately, it is about exploding all paths of illusion, opposition, division, and limitation within the Self-Nature, culminating in the realization that all things are one.

Pháp Tánh would like to conclude here, a fallen star fragment of a "moon without a place to stay." Look back within yourself.

> *Blue skies, white clouds drifting.*
> *Form, Emptiness, worldly affairs unfold.*
> *The moon has no place to stay.*
> *True Suchness, the thin crane's wings*

Most Venerable Pháp Tánh

    Nơi đất khách quê người, giữa chốn hồng trần đầy nhiều nhương, cám dỗ, con người bao phen luân hồi, sinh tử. Tỉnh giấc, ai lại không mơ lần bước trở về nhà?

    Là người tu, trong đạo hay ngoài đời, có trái tim biết thương yêu, có đôi tay, khối óc để vẽ vời, cảm nhận và quán chiếu muôn mặt của cuộc sống. Được như thế, thật mầu nhiệm biết bao! Nhạc thiền của Sư Cô Chân Thiền là tiếng chuông, đưa người về hiện thực của cuộc sống, như thoáng khí cần để thở.

    Trong đây, bàng bạc những chất liệu cam lồ của người con Phật, nói lên mọi khía cạnh khổ đau của xã hội, tưới tẩm những hạt giống hạnh phúc mà con người ai cũng có.

    Lấy con mắt thiền quán, chúng ta sẽ thấy được nơi tác giả: Một con người tự tại, một họa sĩ khéo tay tô điểm vườn tâm nhân loại thêm nhiều hoa trái. Những hòa điệu, giọng ngâm và tiếng hát của các nghệ sĩ, làm tăng thêm chút dư hương thiền quán, đưa dẫn người hành giả vượt thoát và tự do khỏi sáu nẻo luân hồi. Thì ra:

> *Bây giờ rõ mặt đôi ta,*
> *Biết đâu rồi nữa chẳng là chiêm bao?*
>
>   *(Thơ Kiều)*

Thượng Tọa Thích Minh Mẫn

In a foreign land, amidst a world filled with temptations, people are constantly reincarnated, living and dying. Upon waking, who doesn't dream of returning home?

As a practitioner, whether monastic or layperson, one must possess a heart capable of love, empathy, and contemplation of all aspects of life. How wonderful it is to embody such qualities! The meditation music of Venerable Nun Chân Thiền resonates like the sound of a bell, guiding individuals back to the essence of life, much like the air we need to breathe.

These poems embody the liberating qualities of Buddhism, addressing various aspects of social suffering and the seeds of happiness inherent in every human being.

With the eyes of meditation, we can perceive the author as a free-spirited individual and a skilled painter who adorns the garden of the human heart with an abundance of flowers and fruits. The harmonies, melodic voices, and songs of the artists infuse an additional layer of fragrance into the practice of meditation, guiding the practitioner toward liberation from the six realms of samsara.

It turns out that:

> *Now we can see each other's faces clearly.*
> *Who knows if it is merely a dream?*
> (The Tale of Kieu)

Most Venerable Thích Minh Mẫn

Lưu Chuyển

Thiền tập không tên nghĩa diệu huyền
Trang nghiêm Phật Tánh kết thiện duyên
Không tuổi, không tên, không hình tưởng
Chân tâm ứng dụng nghĩa vô biên

Pháp thân, pháp ngữ hay pháp không
Pháp nào cũng thế, thể đại đồng
Xông ướp tâm thiền hương giới, định
Thản nhiên lưu chuyển như dòng sông

Hỏi ai không có một tấm lòng
Đường về định hướng để cảm thông
Cõi tịnh chân phương đời kẻ sĩ
Siêu nhiên hương vị áo nâu sồng

Flowing

Zen is nameless yet carries a profound significance.

Embracing the solemnity of Buddha Nature fosters a positive affinity.

The true mind possesses boundless meaning;

however, it is inherently ageless, nameless, and formless.

The essence of the Dharma encompasses

its body, its words, and its Emptiness.

Enrich the meditative mind with the fragrance of precepts and concentration,

and then flow naturally within the river of meditation.

Who among us lacks a heart?

The path to cultivating empathy

The untainted realm of a scholar's life

The enigmatic essence of the brown robe

The air shimmered with the fragrance of burning incense sticks.

Alone, facing the true heart.

Wisdom's eyes lovingly gaze upon reality.

Lung linh quyện khói nén hương trầm
Một mình đối diện với chân tâm
Mắt tuệ thương yêu nhìn thực thể
Suối nguồn cung điệu chuyển pháp âm

Lưu truyền chánh pháp bất tư nghì
Có không, không có nghĩa là chi
Tự tại thong dong như mây gió
Nào còn vương bận chuyện đến đi

Thanh Trí Cao – *July 20, 2000*

The source of melody carries the essence of the Dharma.

Keep and transmit the profound teachings of Dharma.
Do not be preoccupied with form and emptiness, or with emptiness and form.
Live freely and comfortably, like the clouds and the wind.
No longer be entangled in the cycle of coming and going.

Thanh Trí Cao – *July 20, 2000*

Khái Niệm
Thiền Thơ Không Tên
của Tịnh Liên Thích Nữ Chân Thiền

Có một
dòng sông
của cuộc đời

Trải bao
kỷ niệm,
chẳng hề ngơi

Thấm nhuần
ý đạo
trong thơ ấy

Hương sắc
thời gian
vẫn rạng ngời

Cao Nguyên – Thượng Tọa Minh Trí

A Concept: Untitled Zen Poetry
reading poems by Tịnh Liên Thích Nữ Chân Thiền

There is a river of life that flows continuously,
carrying memories along its course.
These poems are infused with the essence of the Dharma,
eternally preserving its fragrance and beauty.

Cao Nguyên – Most Venerable Minh Trí

*Thương kính tặng Sư Cô Thanh Tịnh Liên
nhân đọc quyển Thiền Thơ Không Tên*

Tâm tư hiển lộ lên trang giấy
An lạc viên thông thể dụng đầy

Sư bà Thích Nữ Diệu Từ

I respectfully present this to Venerable Nun Thanh Tịnh Liên as I read the book Untitled Zen Poetry.

The mind is revealed on paper,
where peace is intertwined with wisdom.

The Most Venerable Nun Thích Nữ Diệu Từ

Cảm Thơ
Kính tặng Sư Cô Thanh Tịnh Liên

Đọc trang thơ Tịnh Liên
Như hội ngộ bạn hiền
Tâm tư hằng trong sáng
Dứt sạch mọi ưu phiền

Đọc bài thơ Tịnh Liên
Tâm tĩnh lặng bình yên
Muôn pháp đều buông bỏ
Nhẹ bước vào cảnh Tiên

Đọc dòng thơ Tịnh Liên
Như chèo thuyền Bát Nhã
Đi vào cửa Tánh Không
Vạn pháp đều vô ngã

Touched While Reading Poetry
Dedicated to Venerable Nun Thanh Tịnh Liên

Reading Tịnh Liên's poems,
I feel as though I have encountered a kindred spirit.
These lines are crafted with pure thoughts,
unburdened by any worries.

I read Tinh Lien's poems and
felt my mind become calm and peaceful,
leaving everything behind,
as if I were stepping into heaven.

I read Tịnh Liên's poem and
 felt like I was rowing the boat of Prajna,
entering the door of Emptiness,
seeing that everything is egoless.

Đọc vần thơ Tịnh Liên
Giải thoát mọi não phiền
Không âu lo, vướng bận
Tỉnh giác ngay hiện tiền

Tháng 3, Nhâm Ngọ, 2002
Thích Nữ Minh Dung

I read Tịnh Liên's poems
and felt liberated from all my worries.
My mind was clear of concerns, and
I became acutely aware of the present moment.

March, Year of the Horse, 2002
Thích Nữ Minh Dung

Trọn Vẹn Bước Chân
Thương tặng Sư Muội Chân Thiền

Một lò hun đúc, ta cùng đi
Chọc thủng mê mờ, cùng quyết chí
Này đây, hoa nở muôn vàn sắc...
Vạn pháp quy về một bước đi
Thôi rồi, tan tác núi Tu Di
Trọn vẹn bước chân, chẳng còn gì!

Thanh Trí Tánh
Thích Nữ Chân Như

Footsteps Of Complete Awakening
Dedicated to My Younger Sister, Chân Thiền

Together, we emerge from the forge.
Piercing through confusion with determination.
Here, flowers bloom in a myriad of colors.
All dharmas return to one source.
The footsteps of complete awakening also overshadow
Mount Sumeru, a symbol of past negative karma.

Thanh Trí Tánh
Thích Nữ Chân Như

Sư Tử Hống
Kính tặng Sư Tỷ Chân Thiền

Sư tử hống, gầm... thật là đây
Thức tỉnh muôn loài đang ngất ngây
Trái đất nổ tung, thời gian tử
Hành giả ơi! Này, ai có hay?

Thanh Diệu Đức
Thích Nữ Chân Diệu

Lion's Roar
Dedicated to Venerable Sister Chân Thiền

"Lion's Roar" truly resonates here.
Awakening all beings in ecstasy.
Earth explodes, and time ceases to exist.
Hello, practitioners! Does anyone have information?

Thanh Diệu Đức
Thích Nữ Chân Diệu

Cảm Nghĩ về Thiền Thơ Không Tên của Sư Cô Chân Thiền

Thiền môn vốn vẫn không tên
Thiền thơ phương tiện hướng lên Đạo Huyền
Ý thơ đượm ngát hương thiền
Lời thơ như giải đảo điên não phiền
Liên Hoa vi tiếu Phật truyền
Ca Diếp bỗng ngộ cơ duyên đạo mầu
Tâm truyền tâm mới cao sâu
Vượt ngoài ngôn ngữ phải đâu luận bàn
Bách phi còn chẳng dự can
Tứ cú tuyệt dứt "Tâm Không" sáng ngời

Thoughts on Venerable Nun Chân Thiền's Untitled Zen Poetry

The Zen Gate has always remained nameless.

Zen poetry serves as a conduit to express the absolute Dharma.

The meaning of these poems is imbued with the essence of Zen.

The words of the poems appear to dissolve all worries and contradictions.

When the Buddha held up the lotus and smiled,

Kasyapa suddenly grasped the profound meaning of the Dharma.

This method of transmitting the Dharma directly

to the mind is deep, transcending language and reasoning.

Even if you utter a hundred sentences containing the word emptiness, you still cannot fully convey that profound Dharma.

When you transcend the four clauses of language, the Mind of Emptiness will emerge brilliantly.

Nói "không" đừng sợ ai ơi!
Sơn cùng thủy tận phải nơi tuyệt đường?
Hoa cười, liễu rũ phô trương
Nhất thôn tự tại vẫn thường đợi ta
Không tên diệu nghĩa bao la
Thiền thơ đến bến tự tha toại nguyền

Cư sĩ Như Thảo

Speak the word emptiness fearlessly.

The end of the mountain and the river do not signify the end of the path.

Flowers continue to bloom, and willow branches sway gently in the breeze,

yet the village of freedom remains patient, awaiting those who comprehend the path.

The concept of the Nameless carries profound significance, concealed

within Zen poetry, which can guide individuals toward the shores of tranquility.

Layperson Như Thảo

Tu

Thiên kinh vạn quyển của các nền Đạo Học, và hàng muôn triệu lời thuyết giảng của các nhà Tôn Giáo, đều hướng con người vào một chữ TU. Tu là chính mình phải tự sửa, chứ không thể trông vào người khác, dù cho bất cứ thứ quyền lực nào nơi trần thế, hoặc ngay cả quyền năng thiêng liêng cũng không hề can thiệp vào nổi; Có chăng, chỉ là sự gợi ý, hướng dẫn hoặc trợ duyên cho mà thôi.

Chính vì vậy, nên việc tu, nói thì dễ, mà thực hiện thì quả là thiên nan, vạn nan. Vì trong mỗi người đều có cả ý niệm đúng lẫn sai, tâm ác lẫn tâm lành, và tính xấu lẫn tính tốt. Chúng xuất hiện theo tình cảm chủ quan ham muốn và quán tính của mỗi người, trong mỗi việc, mỗi đối tượng, mỗi hoàn cảnh khác nhau. Rồi cùng với cộng đồng nhân loại, trong quá khứ, hiện tại, tạo thành một thế giới chồng chéo buồn vui, khổ lụy hỗn độn. Giữa một vũ trụ vô thường hằng hóa. Thế mà Con Người luôn luôn có khuynh hướng ham muốn chấp giữ làm của riêng cho mình, nên thường xuyên gặp bất như ý, khổ đau, thảm bại.

Tu là tự sửa, theo quan niệm thông thường thì: Sửa sai thành đúng, xấu thành tốt, ác thành thiện... Bởi thế mẫu mực của Con Người Lý Tưởng theo Đạo Học và Tôn Giáo, cũng đều gặp nhau: Con Người phải có phẩm hạnh thánh thiện. Biết tự trọng, thương yêu, tha thứ và kính trọng nhau. Tức là sửa đi những tính, tình, ý niệm: Xấu, Sai, Ác, để thành Con Người Đẹp,

Practice

The numerous volumes of faith teachings and the countless sermons delivered by religious masters all point to a single concept: PRACTICE, or CULTIVATION. Cultivation involves self-correction; one must rely on oneself rather than on others. Even earthly or divine powers cannot intervene; at best, they provide suggestions, guidance, or support.

Therefore, while cultivating positive qualities is easy to discuss, it is extremely challenging to implement. Each individual harbors a mix of right and wrong ideas, good and evil intentions, and both positive and negative traits. These characteristics manifest based on personal feelings, desires, and the inertia of each person in various tasks, contexts, and situations. Together, within the human community—both past and present—they create a world filled with overlapping joy and sorrow, suffering and chaos, all within an impermanent and ever-changing universe. Yet, humans consistently tend to desire and cling to possessions as if they were their own, leading to frequent experiences of dissatisfaction, suffering, and failure.

Cultivation is a process of self-correction, as commonly understood: transforming the wrong into the right, the undesirable into the good, and the evil into the virtuous. Consequently, the model of the ideal human, as defined by belief and religion, emphasizes that individuals must embody sacred virtues. They should learn to respect themselves, love

Đúng, Lành và luôn luôn tự thăng hóa. Nhưng rồi những người thánh thiện đó, nếu không biết kiên trì nghiêm giữ, thì cũng sẽ bị sa ngã. Vì lòng ham muốn, kể cả ham muốn thanh danh, cũng dễ đưa Con Người vào vòng đọa lạc; Một khi, người đó chưa liễu ngộ về "cái ta" còn đặc quánh trong Ta.

Nên, Đức Phật, đã dùng phương pháp trực tiếp, không đặt trước ra một mẫu người lý tưởng. Nhưng đòi hỏi ở mỗi người phải "tự thắp đuốc lên mà đi." Phải tự chiến đấu và chiến thắng với chính tâm thân mình, vượt ra khỏi những mê muội, sân hận, tham chấp. Tự giác ngộ luật hằng hóa của vũ trụ, lý vô ngã của các hiện tượng, từ đó thấy được "cái ta" vốn là huân cấu, cần phải quyết liệt, dứt khoát buông bỏ, tức là tự cởi trói, làm cho tâm thức an nhiên, tĩnh lặng quán định, giúp Trí Tuệ hiển hiện như ánh dương soi vào Từ Tâm Bình Đẳng bừng nở rộng khắp, chứng đạt được Tự Tánh giải thoát sinh không của Chân Như trong trinh tịch tịnh.

Từ sự chứng ngộ đó, Con Người trở thành những Thiện Tri Thức đích thực tự do, tự chủ, sáng tạo, an nhiên, tự tại, sống giữa cuộc đời đầy khổ đau, bất hạnh, bằng tâm từ bi bồ tát, để tùy duyên ứng xử, đem lợi lạc đến cho tha nhân, đóng góp trí tuệ, tài lực mình trong việc làm vơi đi khổ lụy cho Ta và Người, thăng hóa cuộc đời, làm trong sáng, tươi đẹp mãi mãi cho tự nhiên, xứng đáng là Con Người Chân Chính Lương Hảo.

GS. Lý Đại Nguyên

one another, forgive, and show mutual respect. This process entails correcting negative traits and thoughts to become beautiful, righteous, and good individuals who are committed to continuous self-transcendence. Even the holy can fall if they don't know how to persevere and keep their virtues. Desire, including the pursuit of fame, can easily lead individuals into moral decline, especially when they remain unaware of the "self" that is still heavily influenced by the ego.

Therefore, the Buddha employed a direct approach, rather than establishing an idealized figure. He required each individual to ignite their torch and move forward. Each person must confront and conquer their inner struggles, overcoming ignorance, anger, and attachment. It is essential to realize the law of the universe's constant change and the egolessness of phenomena. With this understanding, one can see that "the self" is inherently flawed and must be resolutely and decisively relinquished. The process involves untying oneself, achieving a peaceful, calm, and contemplative mind, which allows wisdom to emerge like sunlight illuminating the equal compassionate mind, enabling it to flourish. Ultimately, this process leads to the realization of the liberated self-nature, transcending the cycles of birth and death, and embracing the pure and tranquil true suchness.

From that realization, humans can embody true goodness and knowledge—being free, independent, creative, peaceful, and at ease—while navigating a life filled with suffering and unhappiness. With the compassionate heart of a Bodhisattva, they respond to circumstances, bring benefits to others, and contribute their wisdom and resources to alleviate suffering for themselves and others. This elevation of life aims to make nature pure and beautiful forever, embodying the qualities of a true and beneficial human being.

Professor Lý Đại Nguyên

Cảm Thơ
Riêng kính tặng Sư cô Tịnh Liên

Tôi đọc thơ Tịnh Liên
Như đang chèo con thuyền
Trên biển hồ nhẹ gió
Và trăng nước bình yên...

Tôi thấy một hồn thơ
Thành thật và đơn sơ
Tuy nghĩ sao nói vậy
Nhưng thâm thúy vô bờ!

Tôi kính cẩn chắp tay
Đảnh lễ vị ni này!
Ôi, con đường giải thoát
Là thế đó ai hay?

Emotional while reading poetry
Dedicated to Venerable Nun Tịnh Liên

I read Tinh Lien's poems
as if I were rowing a boat
on a tranquil lake, accompanied by gentle winds
and a serene moon reflecting on the water.

I perceive a sincere and
straightforward poetess
who expresses her thoughts
with profound depth.

I respectfully join my hands
and bow to this nun!
Ah, that is the path to liberation,
yet few people recognize it.

Theo đúng hướng, ý thơ
Đừng chê bè thô sơ
Đừng chấp chèo lỗi nhịp
Miễn tới bên kia bờ!

Việt Trí Nhân

Follow the essence of the poem.
Do not criticize the raft's simplicity,
nor begrudge the oars for being out of sync.
In doing so, you will reach the other shore!

Việt Trí Nhân

Thơ Và Thiền

Thơ thiền không tên mà có tên
Thiền không thơ có giữa nhân duyên
Thơ của thiền diễn không thành có
Thiền trong thơ đạt đạo đầu tiên

Đạo ở giữa đời mới là Thiền
Thế gian xuất nhập vẫn an nhiên
Tâm không đắm đuối trong trần tục
Thoát nẻo luân hồi được vĩnh sinh.

Nhà Văn Phạm Quốc Bảo

Poetry And Zen

Zen poetry is nameless yet possesses a name.

Zen, devoid of poetry, resides in the realm of the conditioned.

The poetry of Zen allows the non-existent to unveil the existent.

Through poetry, Zen achieves its initial enlightenment.

The essence of Dharma within the context of life is Zen.

The experiences of life and death in the world remain tranquil.

If the mind is not immersed in worldly life,

you can escape the cycle of reincarnation and attain eternal life.

Writer Phạm Quốc Bảo

Đại Lộ Chiều Mơ

Thân Tặng: Nhà thơ Thanh Tịnh Liên Thích Nữ Chân Thiền
Tu sĩ Thanh Trí Tánh Thích Nữ Chân Như
Tu sĩ Thanh Diệu Đức Thích Nữ Chân Diệu

"Mạt-pháp" thời nay lắm đoạn trường
Dãy đầy "oan-nghiệt" với tai ương
Hãy ngưng "ái-dục," tìm phương hướng
Chuẩn bị "tư-lương" trước nẻo đường

Đây hoang-vu, đây lữ-hành cô quạnh
Trên khuc quanh hang-lạnh một mìnhh thôi
Trong đơn-côi, ảo-ảnh đã xa rồi
Xin vĩnh-biệt chốn phồn-hoa đô-hội!

Thôi lặn-lội, thôi mong-cầu, mong đợi
Những đón mời danh-lợi thuở xa-xưa
Bao ước-mỏ, quơ bắt được hay chưa
Sớm tàn-úa trong gió lùa sa mạc

The Avenue Of Open Afternoon
Dedicated to: Poet Thanh Tịnh Liên Thích Nữ Chân Thiền, Venerable Nun Thanh Trí Tánh Thích Nữ Chân Như, Venerable Nun Thanh Diệu Đức Thích Nữ Chân Diệu

Now is the time of Dharma's ending, marked by
numerous tragic stories, injustices, and disasters.
Cease your desires, seek guidance, and
pack your belongings for the journey ahead.

Here lies the wilderness, and here stands the solitary traveler.
On the edge of the cold cave, alone.
In solitude, the illusion feels distant.
Farewell to the vibrant city!

Stop wandering, stop hoping, stop expecting.
Let's steer clear of the temptations of fame and fortune from the past.
All dreams, whether realized or not, have
already withered away in the desert wind.

Đây rào-rạt trên lộ-trình khao-khát
Ngọn sóng cồn ào-ạt giữa biển tâm
Sóng trào-dâng theo gió lộng i-ầm
Hãy lắng xuống và âm-thầm phẳng-lặng!

Đây tĩnh-mạc trong đêm trường thanh-vắng
Dưới ánh trăng vàng-vặc cõi trần-ai
Đã nhòa phai trùng-điệp những lâu-đài
Bao oan-trái từ vô-vàn "ngã-vọng"

Đậy tất cả những cuống-ngông "huyễn mộng"
Trong điện-đài lồng-lộng bóng phù-du
Bóng trần-gian, ôi! Bóng thực hay hư
Bỗng phụt tắt trong tâm-tư chớm "ngộ!"

Here is the rush of the longing path.
The surging waves of the sea of the mind.
The waves crash against the shore, propelled by the howling wind.
Be still and remain quietly calm!

Here lies the silence of the long, tranquil night.
Under the golden moonlight of the mortal realm.
The overlapping castles have diminished.
There are numerous forms of karma stemming from the false self.

Here are all the illusory dreams.
In the towering, ephemeral shadows.
The shadows of the world—oh! Are they real or unreal?
Suddenly extinguished in a mind that is just awakening.

Cõi hư-vô hay cõi trời Tịnh-Độ
Đây Thiện-Tài giữa đại-lộ chiều mở
Tiếng "nam mô" trong huyền ảo hoang-sơ
Khách ngẩn-ngơ thấy trăng mở rực-sáng

Thiện Bình, Lưu Ngọc Hải

The Void or the Pure Land
Here, Thiện Tài is in the open afternoon avenue.
The Sound of Nam Mô in the Primitive Illusion
The guest is astonished to behold the luminous moonrise.

Thiện Bình, Lưu Ngọc Hải

Khất Sĩ Từ Bi

Thân tặng: Tu Sĩ Thanh Trí Tánh
Nhà thơ: Thích Nữ Chân Thiền
Tu Sĩ: Thích Nữ Chân Diệu

Trôi lăn chìm nổi truân chuyên mãi
Huyền ảo vô thường sắc với không!

Những ai biết thế gian này là huyễn
Xin thề nguyền hoằng pháp với độ sanh
Hãy dấn thân, mau phổ độ chúng sanh
Vì đại nghĩa, quyết hoành dương chánh pháp

Tâm Bồ Tát trên lộ trình khao khát
Xin trần gian hãy nhạt bớt khổ đau!
Yêu thương nhau, ngưng tàn sát lần nhau
Vì vạn pháp trước sau đều huyễn mộng

Compassionate Mendicant
**Dedicated to: Venerable Nun Thanh Trí Tánh,
Poet Thích Nữ Chân Thiền,
Venerable Nun Thích Nữ Chân Diệu**

Drifting, sinking, and floating endlessly.
The enigmatic transience of form and emptiness!

Those who understand that this world is an illusion,
please commit to spreading the Dharma and saving sentient beings.
Dedicate yourself to swiftly saving sentient beings.
For the sake of the noble cause, I am determined to spread the true Dharma.

Bodhisattva's mind is focused on the path of compassion,
striving to alleviate the suffering in the world.
Love one another and cease the violence,
for all things are ultimately illusory.

Khi hoàn mãn và tạm xong nguyện vọng
Thì điện đài, danh vọng với non sông
Xin hiến dâng cho cát bụi viển vông
Người khất sĩ bên giòng sông hạnh ngộ

Đại hùng, đại lực, đại bi
Đại tâm, đại nguyện, cũng vì nhân gian
Như hư, như thực, như vang
Như còn, như mất, ngai vàng trong gương

Thiện Bình

When the wish is fulfilled, even if only temporarily,
the castle, fame, and the mountains and rivers
will also be surrendered to the illusory dust.
The mendicant will meet on the other side of the river of reunion.

Great heroism, immense strength, profound compassion.
A great heart and a noble vow, dedicated to the betterment of humanity.
Like an illusion, like reality, like an echo.
Like remaining, like disappearing, the throne reflects in the mirror.

Thiện Bình

"Gương Thiền vốn không một mảy bui.

Hạnh phúc thay được nghe những lời thơ trong trẻo và thanh tịnh của Tịnh Liên, như một giòng suối sáng ngời chảy thẳng vào tâm linh của người nghe.

Bodhin Kjolhede
Rochester Zen Center
7 Amold Park, Rochester, New York 14607
Telephone (585) 473-9180; facsimile 473-6846

"In the mirror of Zen, there is not a speck of dust.

What a pleasure to hear the pure, clear words of Tịnh Liên.

Like a bright stream, they flow straight to the heart of the listener."

Bodhin Kjolhede
Rochester Zen Center
7 Amold Park, Rochester, New York 14607
Telephone (585) 473-9180; facsimile 473-6846

Ai Giàu Đây?

Mười phương
thế giới
ba cõi đây

Có đi đâu
mà phải
vơi đầy?

Đói rét,
ấm no
nào ảnh hưởng

Em là
Vũ Trụ
ai giầu đây?

Who Is Rich?

The ten directions of the world encompass the three realms.

Where do you go to be either empty or full?

Hunger and cold, warmth and fullness do not influence you.

You are the universe. Who is truly wealthy?

Giới (I)

Giới là chính pháp
Giới diệt si mê
Giới dẫn dắt về
Quê hương Cực Lạc

Precepts (1)

Precepts are the true Dharma.
Precepts destroy ignorance.
Precepts lead
to the Pure Land.

Không Trì Giới

Hãy xét suy, ôi! Những ai không trì giới
Hãy coi chừng với tấm áo tùy thân
Khoác trên thân, tấm thanh tịnh trắng ngần
Đừng lợi dụng kẻo lạc vào nơi tăm tối

Tự trói mình thôi, qua từng ý thức
Tam độc hoành hành, an nhiên, tư lực
Bao kiếp lăn trôi, thả buông như thế!
Tu sửa đi thôi, quay về trung thực

Breaking The Precepts

Think carefully. Those who do not adhere to the precepts
should recognize that the robe
you wear signifies a pure practitioner.
Do not allow it to stray into darkness.

In countless past lives, you have lived a life
of indulgence, binding yourself with each thought
of the three poisons. Now, please correct
your ways and return to living honestly.

SỬA ĐỔI:
Sửa cho hết, những gì còn mê tối
Xả tận cùng, những ác niệm lôi thôi
Phiền não, tà kiến, hãy để buông trôi
Vọng niệm lặng, Trí Tuệ hiện sáng ngời

Tu sửa Thân Tâm, đâu chỉ một lần!
Cho dù gian khổ, miễn thành: "Thiện Nhân"
Tinh tấn mãi, là "Đại Nhân" bất thoái
Rồi "Bất Nhân" hay gọi "Thánh Nhân Chân"

Gọi gì chăng nữa, danh giả tạm thôi
Mặt vẫn thế ấy, người xưa gặp rồi!
Thật đúng:
"Cảnh vốn tự không, đâu cần hoại tưởng
Linh Tâm tự chiếu, đâu nhờ cảnh sinh"

MAKE A CHANGE:

Please clarify any aspects that remain unclear in your mind.

Let go of all negative thoughts.

Let go of all afflictions and erroneous beliefs.

When wandering thoughts are quiet, wisdom shines brightly.

Cultivating both the body and mind is not a one-time endeavor!

Even if it is challenging, strive to be a good person.

Diligently cultivate yourself to become a great person who never retreats,

and in due time, you will evolve into a noble individual.

Whatever it is called, it is merely a temporary name.

The face remains unchanged; the old man has encountered it!

It is true.

The scene is inherently empty; there is no need to distort perception.

The spiritual mind illuminates itself; there is no need to depend on external circumstances for shining.

Sự Thật Phũ Phàng

Lời chân thật, bao giờ không phũ phàng!
Ai dè đâu, sự thật mở toang hoang
Ta cứ ngỡ rằng ta hoàn hảo nhất
Chân thật là chân, ôi thấy bẽ bàng!

Dám không nào, tự lên án chính ta?
Tự phanh phui, nhìn sâu vào bản ngã
Hay chỉ vờ, chỉ đảo điên dối trá
Rồi đậy che, che đậy thật tối đa

Sợ sự thực, nên tìm thầy học "Đạo"
Lời thực trung, bàng hoàng, ráng nghe nha
Ngài cho toa thuốc đắng, đừng rên la
Cổ hành, nuốt, cho dù cay đắng quá!

The Hard Truth

The truth often presents challenges.
That is how it is when the truth is revealed.
We pretend that we are perfect.
The truth is indeed the truth; oh, how humiliating it is!

Do we not have the courage to condemn ourselves?
Do we shy away from examining ourselves deeply?
Do we merely pretend, deceive, and
then conceal the truth to the greatest extent possible?

Because we fear the truth, when we seek a teacher to learn the Way

and hear honest words, we may be taken aback. Please make an effort to listen.

When the teacher prescribes bitter medicine, do not complain.

Instead, practice and accept the lesson, regardless of its unpleasantness.

Thuốc đắng dã tật, lời thật chân tình
Dùng tay thầy hỗ trợ, chuyển vô minh
Thì cớ sao lại chuyển ân thành oán?
Mình vô minh, không nghị lực chuyển mình!

Đừng lấy oán mà trả, trả thù ân
Đừng căm hờn lỗi Đạo, Đạo Thực Chân
Thầy nhẫn nhịn, chịu muôn điều oan ức!
Miễn sao mình, hoán chuyển Chân Thánh Nhân

Only bitter medicine can cure illness, just as the profound teachings of the Master can help us transform our ignorance.

Why do we sometimes resent the Master's lessons?

It is simply because we fail to recognize our shortcomings and lack the strength to change ourselves!

Do not hold resentment toward those who speak the truth to help you.

Resentment will only hinder your journey along the path of truth.

The Master has endured various injustices because

she desires for you to become a noble person.

Hành Khất Không Nhà

Lạc lối về nhà, em đi lang thang
Xảy nhà thất nghiệp, đi hành cái bang
Bao kiếp không nhà, ăn mày như thể
Lệ thấm chan hòa, từng bước gian nan!

Không nhà ngay, từ lúc mẹ sinh ra
Xin ăn ngay, trong thai mẹ đâu xa!
Xin từng giọt máu, từng hơi lạnh, ấm
Xin cả thân này, xin mẹ, xin cha

Xin tứ đại, em xin cả không khí
Xin vật chất, xin từng tí từng li
Xin thức ăn, xin thuốc thang, vật dụng
Xin muôn loài, muôn vật, bất cứ gì...

A Homeless Beggar

Lost on your way home, you have wandered,
faced unemployment, and resorted to begging.
For countless lifetimes, you have endured homelessness, begging
as tears flowed endlessly with each arduous step.

You have been homeless since the moment of your birth.
You have been begging for sustenance since you were in your mother's womb.
You have been begging for every drop of blood— every cold, moist breath.
You have been begging for your entire body from your mother and father.

In your plea for the four elements, you request air.
Begging for material possessions, you request every trivial item.
Begging for food, you also request medicine and supplies.
You beg from all species, all things, and anything...

Một Bát Nhã Trí, không xin ai được
Trí tuệ này đây, chuyển vô minh, trược
Hoán nghiệp ăn mày, đưa trở về nhà
Ồ! Nhà giàu đây, nhiệm mầu ruộng phước

Thể mà ngu, si lạc lõng bao đời
Vẫn giàu, vẫn đây, nào có xa rời!
Nhưng muốn về nhà, đường dài tăm tối
Chính Pháp soi đường, ta tránh lôi thôi

Đố ai tránh khỏi, không nhà nổi trôi!
Đố ai tránh khỏi, ăn mày muôn lối...
Đố ai tránh khỏi, triền miên sinh tử!
Nếu chẳng tu hành, cũng khó tới nơi

However, Prajna Wisdom is not something that can be requested from anyone or anywhere.

This wisdom has the power to transform ignorance,

eliminate your negative karma, and guide you back home.

In that moment, you become a wealthy individual, endowed with a miraculous field of merit.

How foolish and lost you have been for generations.

You are still wealthy, and your treasure is not far from reach.

However, if you wish to return home, you must traverse a long, dark road

and require the Dharma to illuminate your path and help you escape from difficulties.

No one can escape the karma of homelessness and drifting.

No one can escape the karma of their actions, regardless of their circumstances.

No one can escape the cycle of karma, which encompasses endless birth and death.

If one does not practice, one cannot achieve a peaceful home.

Tập Khí

Tập khí ôm theo bao kiếp đời
Nâng niu, chiều chuộng chẳng xa rời
Ghét ghen, kỳ thị lòng tia mát
Tranh cãi, hơn thua chẳng nhượng lời

Ý kiến, việc làm cho tuyệt đối
Nhỏ nhen, thù hận ngất lưng trời
Hung hăng chửi mắng, trông kỳ quái
Mặt chảy nặng, dài, thực khó coi

Khổ quá đi thôi, tập khí ơi!
iêu ngoa, quý quyệt, hại danh ngươi
Ham tiền, ham dục, ham lười biếng
Ham lợi, ham quyền, mãi chẳng ngơi

Bad Habits

We carry habits from countless lifetimes.

We sustain and indulge our habits, refusing to relinquish them.

We harbor jealousy and prejudice when we look at others.

We do not concede to anyone during an argument.

We express our opinions and demand absolutes.

We are as petty and frustrated as the sky is vast.

We exhibit aggressive behavior and use unusual language.

We often fail to recognize that our faces can appear unattractive when we are angry.

Bad habits have led to our misery.

These bad habits harm us, turning us into scheming and cunning individuals. We become greedy for money, lust, laziness, profit, and power, all in a restless pursuit.

Độc ác, sân si, ngã mạn chơi
Khổ đau, chẳng sợ nghiệp luân hồi
Tập khí tột cùng, thà ôm chết
Dù chết còn mang mãi chẳng thôi

Ngu si, tập khí đáng thương ôi!
Ôm mãi làm chi chẳng chịu rời
Không bỏ đi thời, thôi đành chịu
Sau đây ác đạo khó sao lùi!

Bad habits lead us to cruelty, anger, arrogance,
and misery, and they may diminish our fear of reincarnation.
These detrimental habits accompany us in life and
persist even after death, influencing our future lives.

Bad habits lead individuals into ignorance.
Let's abandon them; why hold on to them?
If we do not let go of these detrimental habits, we risk
straying onto dark paths that are difficult to return from.

Sạch Cả Ngoài Trong

Lếch thếch, lôi thôi thấy tội rồi
Ôi chao! Bề bộn, thảm thương ôi!
Bẩn ngoài là tất trong cùng bẩn
Bẩn vật, bẩn người, bẩn mọi nơi...
Nhớ bẩn thế này, thật khổ thôi
Sau đậy khổ cảnh, khó xa rời!
Đẹp xinh, thanh sạch, cần tinh tiến
Sạch cả trong ngoài, tột thảnh thơi
Sạch cả trong ngoài là thấy Đạo
Niết Bàn, Tịnh Độ thật người ơi!

Clean Inside And Outside

Disorganized, untidy, lamentable
Oh my! How messy and miserable!
The exterior is dirty, and the interior is equally unclean.
Everywhere, there are dirty things and dirty people.
This is truly miserable and dirty.
Later on, it will be miserable and difficult to leave.
Beautiful and clean, but there is a need for progress.
Clean inside and out for ultimate peace.
Keeping both the interior and exterior clean helps to clarify the path forward.
Nirvana, the Pure Land, is real, my friend!

Lười

Lười, ghì nặng thân này ngàn, vạn ký
Lười, đứng, đi làm lụng chẳng ra gì
Lười, biếng suy như gỗ đá vô tri
Lười, hại nước, hại dân đầy ích kỷ

Lười, ác độc còn hơn loài cầm thú
Lười, hại mình, hại hết cả quần sinh
Lười, ngủ nhiều chẳng phá nổi vô minh
Lười, chỉ ăn, nợ chúng sinh bằng núi

Lười, quằn quại, đua chen trong sáu cõi
Lười, hãi hùng, dẫy dụa với diệt, sinh
Thôi đừng lười, để tránh hết điêu linh
Cho thoát khỏi tử sinh trong mọi nẻo

Lazy

This lazy body weighs thousands of kilograms.

Lazy behavior, whether standing or walking, is unproductive.

Lazy, lethargic, and weak, like mindless wood and stone.

Lazy, detrimental to the nation and its citizens, and characterized by selfishness.

Lazy, more malevolent than animals.

Laziness harms oneself and negatively impacts all living beings.

Lazy and often sleeps excessively, yet remains unable to eradicate ignorance.

Lazy, only consumes, and owes a significant debt to living beings.

Laziness and indulgence lead you into the six realms.

Laziness and fear ensnare you in a cycle of death and rebirth.

Stop being complacent to avoid unnecessary suffering.

The goal is to transcend the cycles of birth and death in all realms.

Ngạo Mạn

Người ngạo mạn, lội bơi trong vọng tưởng
Tưởng ta tài, đức hạnh trội hơn ai
Tưởng ta khôn, sành sỏi một không hai
Tưởng ta giỏi, tuyệt luân trong thiên hạ

Ngờ đâu!

Ngờ đâu: ngạo mạn thật vô minh
Ngờ đâu: ngạo mạn tạo điêu linh
Ngờ đâu: ngạo mạn khiến người khinh
Ngờ đâu: ngạo mạn gốc tử sinh

Tỉnh lên gạt bỏ vô minh
Cho tâm an lạc, cho mình, người vui

Arrogant

Arrogant individuals often immerse themselves in delusion.

They believe they possess greater talent and virtue than others.

They believe they are exceptionally smart and sophisticated.

They believe they are exceptional and the best in the world.

They are unaware of their mistake.

They do not realize that arrogance stems from ignorance.

They are unaware that arrogance leads to destruction.

They are unaware that arrogance causes others to despise them.

They do not realize that arrogance is the root cause of both life and death.

Stay alert and mindful to dispel ignorance,

cultivate peace of mind, and bring joy to yourself and those around you.

Sân Si (1)

Sân si dung tập khi
Thịnh nộ mất lương tri
Hùng hổ tiêu lý trí
Mắng thét khiến người khi

Nóng giận khói hỏa ngục
Dữ tợn hiện thiên lôi
Bắt nạt lông, sừng trồi
Sân si khổ đau thôi!

Anger (1)

Anger is a detrimental habit.
Anger undermines one's conscience.
Aggression undermines rational thought.
Scolding others only leads to their resentment towards you.

 Anger can ignite a fiery hell.
Aggression can lead to the manifestation of thunder.
Bullying others will result in the consequences of wearing horns and feathers.
Anger only leads to suffering for oneself.

Sân Si (11)

Khi sân si, quả ta hơn thú dữ
Mắng thét vang, nạt nộ, rụng rung trời
Lửa tự đốt, mắt hung rực từng hồi
Tưởng người sợ, thiên lôi đà quỳ gối

Lúc sân si, sợ gì không làm tới
Mặc ai cười và mặc cả ai khinh
Xá chi gì, trí tuệ với tử sinh
Lý trí loạn, ta mất ta chẳng chối

Ta mất ta, tà không còn kịp hối
Mất ta rồi, ta chìm đắm tử sinh
Ta ngu si, ta nào sợ điêu linh
Ta gào thét, đơn đau trong ngục tối

Anger (77)

When we are angry, we become more than just wild animals.

Screaming loudly, threatening with anger, shaking the heavens.

Fire consumes itself; its flames blaze fiercely.

The angry man mistakenly believed that others were afraid of him, to the extent that the god of thunder knelt before him.

Anger can lead individuals to act irrationally,

even in the face of ridicule and scorn from others.

An angry person often disregards wisdom and the gravity of life and death.

When reason is compromised, we risk losing our sense of self.

When we lose ourselves, there is no time for regret.

When we lose ourselves, we may sink into the depths of life and death.

When we are unaware, we do not fear the painful cycle of reincarnation.

We will scream, alone in the dark abyss.

Ôi hỏa ngục! Ôi hãi hùng khiếp đảm!
Nó gan lì, chẳng sợ tiếng ta than
Nó đốt ta, ta hét đến cổ khan
Nó đâu biết, là ta đây thật thảm.

Oh, the flames of hell! Oh, fear and dread!
The fire is relentless, unyielding in the face of our pleas.
The fire engulfs us as we scream until our throats are raw.
The fire does not know; we are so miserable.

Độc Ác

Độc ác làm chi, để lụy đến người
Vị quyền, vì lợi, chẳng biết hổ người
Ác ý, ác hành, ác ba tấc lưỡi
Kẻ chê, người cười, nghiệp dữ sát duôi!

Evil

Evil individuals will cause harm to others.

They prioritize power and profit, without any sense of shame.

They are malevolent in thought, action, and speech.

Others mock and laugh at them, and bad karma follows.

Giả Dối

Mọi cảnh vật đã cùng đều giả dối
Đổ dầu thêm, dối gạt khắp nơi nơi
Thói hư thôi, nên dối gạt để chơi
Tưởng dối người, ai dè gạt chính tôi!

Lương tâm nào, không biết mình có tội?
Nhưng vì lợi, nên dối gạt mà thôi
Gạt cha mẹ, vợ chồng và tổ quốc
Dối bạn bè, sao lợi lộc tí xôi

Ai biết đâu, nào đã thấy thiên lôi?
Cứ giả đối, sợ gì chảo dầu sôi
Có ngờ đâu, đào sâu thêm ngục tối
Mãi luân hồi, vì nghiệp ở làn môi.

Fake

All things are untrue.

If we lie more, we will fail to recognize the truth.

We should not lie, even if it is for amusement.

When we believe we are deceiving others, we are, in fact, deceiving ourselves.

There are individuals who lie, even though their conscience recognizes it as a sin.

However, for the sake of profit, they deceive.

They deceive their parents, spouses, and country.

They deceive their friends, even if it is merely for a small gain.

They lie because they have not witnessed the thunder of retribution.

They lie because they have not witnessed the boiling oil in hell.

They are unaware that they are digging deeper into the dungeon.

Their lies will generate karma, causing them to reincarnate indefinitely.

Khoe Khoang

Hữu xạ tự nhiên hương
Đừng khoe để người thương
Khoe khoang là tật xấu
Khiêm cung đẹp lạ thường

Tưởng khoe người tán dương
Muốn vang dậy mười phương
Dè đâu người chán ngán!
Hữu xạ tự nhiên hương

Boasting

If you possess talent, it will be recognized and loved by others without the need for you to boast.
Boasting is an undesirable habit.
Humility enhances your beauty.

Some individuals boast to seek compliments,
desiring their names to be recognized widely.
However, this often leads to others losing interest.
In contrast, truly talented individuals tend to gain fame organically.

Nịnh Hót

Chớ nịnh hót, và cũng chớ ưa hót nịnh
Nịnh hót này, cũng là bịnh của chúng sinh
Gây phức tạp, tạo biết bao điều khủng khiếp
Mang hãi hùng, mang cả thảm họa, điêu linh

Vua chúa ngày xưa nghe gian thần hót nịnh
Để nước mất, nhà tan, vạn cảnh đao binh
Nịnh hót giỏi, gây tang thương cùng chết chóc
Nịnh hót hay, làm điêu đứng cả quần sinh

Nịnh hót vì muốn đạt danh lợi, hiển vinh
Nịnh hót vì muốn đạt tiền tài, chức vị
Nịnh hót vì tham lam hay đầy ác ý
Nịnh hót vì muốn đạt nhan sắc đẹp xinh

Flattery

Do not indulge in flattery, nor should you appreciate it.
Flattery is a detrimental affliction of living beings;
it leads to complications, fosters numerous negative outcomes,
instills fear, and results in disaster and devastation.

In the past, kings and lords often succumbed to the flattery of their corrupt officials,
leading to the downfall of their nations, the collapse of their families, and the outbreak of countless wars.
Excessive flattery can lead to sorrow and even death.
Good flattery can lead all living beings to their downfall.

Flattery for the sake of fame and glory.
Flattery for the sake of financial gain and social status.
Flattery driven by greed or malice.
Flattery for the sake of beauty.

Bịnh nịnh hót, cũng do hạt giống vô minh
Chớ có nghe, cũng chớ dùng lời hót nịnh
Ai mắc phải đều nên tìm thầy chữa bịnh
Để xả buông tận gốc, hạt giống vô hình

Chớ luyến tiếc chứng bịnh đó hại thân mình
Liên hệ cả vũ trụ và cả quần sinh
Ưa nó, dùng nó, nào khác chi độc dược!
Tránh xa đi, cho thanh tịnh với yên bình

The affliction of flattery also stems from the root of ignorance.

Even if you hear it, you will continue to use flattery.

Anyone who is afflicted by this condition should consult a Master to treat the disease

and address the underlying issue at its root.

Do not seek flattery; it only harms you and tarnishes

the beauty of the universe and all living beings.

Loving flattery is akin to administering poison!

Please maintain your distance for the sake of peace and tranquility.

Biết Gì

Cứ tưởng mình biết, hóa chẳng biết gì
Cứ tưởng mình giỏi, thì ra mê si
Vọng tưởng đó mà, tranh đua tang tóc!
Thôi thật khiêm cung, học hết mê đi

Học đến bao giờ cho hết mê si?
Không dễ gì đâu, muôn vàn điều học
Học đời, học đạo, học mãi, học gì?
Học đến khi nào lệ hết thấm mi

Tự hỏi vì sao lệ ướt khóe mì?
Chỉ vì nghiệp dữ, cái nghiệp ngu si
Cái nghiệp si này, luân hồi sinh tử
Làm sao không học, cho hết mê si?

Knowing What

I believed I understood, but in reality, I knew nothing.
I believed I was intelligent, but I was mistaken.
That is delusion; it drives me to compete and suffer!
Be humble and strive to overcome ignorance.

How long will it take to eliminate ignorance?
It's not easy; there are many things to learn.
Learn about life, understand Dharma, embrace lifelong learning—what will you discover?
Continue learning until the tears no longer fill your eyes.

Are you wondering why tears are welling up in the corners of my eyes?
Just because of negative karma, the karma of ignorance.
This cycle of ignorance perpetuates birth and death.
How can I overcome my ignorance?

Nói Xấu

Em nói xấu người, bất tịnh chính miệng em
Người chưa thấy xấu, mà em đã lọ lem!
Tưởng đập người xuống, là em tăng thêm giá
Sao vạch áo, đưa lưng, cho thiên hạ xem?

Người tư cách, tài danh, em thấy ghen ghen
Ai đạo đức, giầu sang, em càng thêm thèm
Sắc, danh, tài, nhân quả vun trồng nhiều kiếp...
Nói xấu, làm sao ảnh hưởng được đâu em?

Bad Mouthing

When you speak ill of others, you tarnish your reputation.

Others may not yet appear unattractive, but you have already become unkempt!

You believe that by belittling others, you are enhancing your worth.

Why do you lift your friend's shirt, exposing their back to others?

Seeing others with qualifications, talent, and fame can evoke feelings of jealousy.

Seeing others with moral integrity and wealth can intensify feelings of envy.

Beauty, fame, and wealth are the positive karma cultivated over many lifetimes.

Speaking ill of others cannot generate good karma, my friend.

Chấp nhận đi em, em có phận đừng quên
Ráng tu tâm, dưỡng tánh, có ngày, có phen
Muốn hưởng phước báu, ồ nào đâu có khó!
Khó chăng là, em hái đích thực hoa sen

Accept your destiny; do not forget it.

Cultivate your mind and character; in time, you will achieve positive results.

Want to enjoy blessings? Oh, it's not difficult!

The challenging aspect is selecting the genuine lotus flower.

Đạo Đức Hay Vô Đạo Đức

Này, những ai vượt khỏi lễ-giáo gia-đình
Mình tự hỏi mình, liệu đã trọn trung-trinh?
Hay bại-hoại gia-phong và vô đạo-đức?
Hiếu trọng lối này, cha mẹ nhục hay vinh?

Đời chẳng vẹn, mơ gì Đạo vượt tử sinh?
Cha mẹ, tổ-tiên coi nhẹ hơn người tình
Thực-tế thôi, cần chi Luân-Thường, Đạo-Lý!
Nhân quả ngay, này chớ phạm thiêng-linh.

Morality

Those who have transcended family etiquette should ask themselves: Have you maintained your moral integrity?

Have you also harmed your family's reputation in an immoral way?

Filial piety is significant. Do you make your parents feel proud or ashamed?

Living in this world without adhering to morality, how can one embrace the Dharma to transcend life and death?

Do you value your parents and ancestors more than your partner?

In reality, why are ethics and morality necessary?

Cause and effect are immediate and do not violate sacred principles.

Vờ Vịnh Giả Dối

Lòng thì thích, miệng lại nói không
Tâm chẳng muốn, miệng đành nói có
Ôi! đảo điên, đời nào mới tỏ?
Vòng luân hồi, tương đối quanh co

Đây huyễn hóa, đã trường ảo mộng
Vờ vĩnh chi? Thêm những cơn giông!
Giả ốm đau, vờ cả điên khùng
Lợi chút thôi, liệu thoát nghiệp không?

Deception

Your mind may enjoy it, but your mouth says no.

Why does your mouth say yes when your mind doesn't want it?

Oh! Living upside down, when will you ever comprehend the Dharma?

The cycle of reincarnation will continue to be intricate.

Before our eyes lies an illusion; it has already been a long night filled with deception.

Why continue to harbor a deceitful mindset that only adds to the turmoil?

Why continue pretending to be ill and acting irrationally?

Greed for small profits cannot escape the consequences of karma.

Ham trước mắt, mà hại sau lưng
Nhân nào quả ấy, cách chi ngừng?
Vờ vĩnh đây, chiều theo bản ngã
Mình tự hại mình, sinh diệt không ngưng

When you are consumed by greed for what is in front of you,

you fail to recognize the potential harm that lies behind it.

What you cause will lead to the effects you experience; there is no mistake.

When you deceive yourself and follow your greed, you harm yourself, perpetuating a cycle of birth and death that never ends.

Hỷ Xả (Tha Thứ)
(Phổ Nhạc)

Đã là con người, hỏi ai không có tội?
Tội ít, tội nhiều, tội suốt cả đời tôi!
Nhưng tội trước thật sám, lỗi sau cải hối
Hỏi người người, ai nỡ chẳng thứ tha thôi?

Cứ tu đi, Thân Tâm này lo sửa đổi
Chuyển hóa được rồi, vi diệu chẳng xa xôi
Đừng hổ thẹn, cũng đừng phiền hà quá khứ
Chỉ tu thôi, là sẽ thấu triệt tuyệt vời

Ai chấp chặt, không tha người đang mang tội?
Ai tâm tư, còn khe khắt mãi không nguôi?
Ai thấy lỗi người, không thể nào phai phôi?
Là tự buộc trói mình trong mê, và rắc rối!

Forgiving
(With music)

As human beings, we all make mistakes.

Whether they are minor transgressions or significant errors, I have observed many mistakes throughout my life.

I sincerely repent for my past sins and will not repeat the same mistakes.

Who can refuse to forgive me if I sincerely repent?

Just practice; this body and mind need to be refined.

Transformation is possible; the miracle is within reach.

Don't be ashamed; don't let the past trouble you.

Just practice, and you will understand it wonderfully.

Who is so stubborn that he cannot forgive those who are at fault?

Who is so stubborn that he cannot let go?

Who observes the faults of others and struggles to let them go?

It is to entangle oneself in confusion and trouble!

Tương ứng với tội, hình phạt lãnh đủ rồi
Ai cũng khinh, xã hội ruồng rẫy thương ôi!
Không khích lệ, không cơ hội, cải tà quy chính
Phải vô tình, ta xô người xuống vực thẳm xưa thôi!

Độ lượng, bao dung, nụ cười nở trên môi
Từ bi tâm biểu lộ, rộng mở sáng ngời
Đạo ngay đây, còn tìm đâu trong mê tối
Hỷ xả chính mình, là tha nhé người ơi!

Chấp chước làm chi, khi người quỳ hối lỗi!
Và: Tự phạt suốt đời, cái chết cũng buông trôi
Nhất niệm vô minh, biết quay về hướng thiện
Tưởng cướp buông dao, là cũng được tha rồi!

The punishment has been commensurate with the crime.
Everyone despises; society rejects, alas!
There is no encouragement and no opportunity for reform.
By accident, we may push people into the abyss of the past!

Generosity, tolerance, and a smile on one's lips are essential qualities.
A compassionate heart manifests, wide open and radiant.
The Way is right here; where else can one look in the darkness?
Forgiving yourself is akin to forgiving others, my friend!

Why cling to the past when people kneel to seek forgiveness?
Don't punish yourself for life; death will also pass.
The history of ignorance has now transformed into a path toward goodness.
Consider the robber dropping the knife and receiving forgiveness!

Lần Bước Về Nhà

Khoác áo cà sa, bước về nhà
Dậm dậm ngút ngàn, ngại gì xa!
Dù bao gian khổ, ôi đành chịu!
Miễn tới nhà thôi, gắng tối đa

Dù phải tu lâu, mãi tới già
Đời đời, kiếp kiếp, kiếp hằng sa...
Sắt son, bền chí, không sờn nản
Vì biết tu xong, sẽ tới nhà

Dèm pha:
Kẻ nói nhà gần, người nói xa
Khen chê, tốt xấu, Phật và ma
Sinh tử vui, trò chơi cút bắt
Sợ gì mà trốn, mà lo a!

The Walk Home

Wearing the monk's robe, I walked home.

Treading endlessly, why should we worry about the distance?

No matter how many hardships I must endure!

As soon as I get home, I do my best.

I am willing to practice for a long time, even into my old age.

Forever and always, I will continue to practice without pause.

Resolute, steadfast, and undeterred.

This is because I know that when I finish practicing, I will be able to return home.

The detractors:

Some say we are close; others say we are far away.

There is praise and criticism, good and bad, Buddha and demon.

Life and death are intriguing, merely a game of tag.

There's nothing to fear; why run away or worry?

Thiện Tri Thức:
Khen chê, tốt xấu, chẳng hai, ba
Dù Phật, dù ma, thể một nhà
Nào gần, nào xa, trong một bước
Ồ! Bước chân này đã nở hoa

Good and Knowledgeable People:

Praise or criticism, whether good or bad, comes in only two forms.

Buddha and demon all reside in the same house.

Whether close or far, everything starts with a single step.

Oh! This step has blossomed beautifully.

Phản Bội

Bội phản, thói thường là bệnh của chúng sinh
Chính nhân, chính quả, tạo dệt cảnh lầm than
Phản cha mẹ, vợ chồng, bạn bè, đất nước
Mình phản bội mình, mà ngỡ phản nhân gian!

Dưỡng dục sinh thành, như cỏ dại rêu xanh
Bội phản mẹ cha, nào cần chi hiếu hành
Trai gái, vợ chồng thề trọn nghĩa trung thành
Mới ngày ấy, mà hôm nay vầng trăng đã khuyết!

Tình bằng hữu khít khao, như dài lâu da diết
Để ngày nay, tặng bài vĩnh biệt bi ca!
Anh chị em thương yêu, ruột thịt một nhà
Ấy cũng tị hiềm, phản bội cách nhau xa!

Betraying

Betrayal is a common affliction among living beings.
If you create such a cause, you will inevitably experience such a result, leading to perpetual suffering.
If you betray your parents, spouse, friends, or country,
you are ultimately betraying yourself and humanity.

Parents give birth to you and raise you, which is a significant favor.
Betraying your parents is a grave act of unfilial piety.
Similarly, if a husband and wife betray each other,
it's as if the moon has faded.

Friendship is intimate, akin to a deep and passionate bond.
Today, I would like to dedicate a farewell song.
Beloved brothers and sisters, cherished members of our family.
They are also feeling jealous, betrayed, and separated from one another.

Nước Việt ta, trên bốn ngàn năm sử sách
Vội nỡ quên đi, dòng máu đỏ da vàng
Lưu vong đây, là thử thách trí hùng anh
Vong bản, bội phản, làm sao không đáng trách!

Phản bội, hạt giống vô minh sao quái ác
Gây tóc tang, luân hồi, tử sinh sống thác
Kiếp kiếp, đời đời gieo rắc quả, rắc nhân
Bình thản, âm thầm mà khổ đau tan tác!

Thôi ngừng bội phản, để ra ngoài, lầm lạc
Hóa chuyển đi, nhân hạt giống tột vô minh
Trung thực thôi, từ bi, trí đức, hy sinh
Theo chân đức Từ Tôn, vượt mê về giác

Our country, Vietnam, has a history spanning over four thousand years.

I want to forget the red blood and yellow skin.

Exile here is a test of heroic spirit.

How can one not feel guilty when they forget and betray their roots?

Betrayal, the seed of ignorance, is profoundly malevolent.

Causing grief, reincarnation, life, and death.

Life after life, we sow the seeds of our actions, reaping the consequences of our choices.

Silently, we have suffered for many lifetimes.

Stop betraying; stay away from mistakes.

Transform and steer clear of ignorance.

Live with honesty, compassion, virtue, and a spirit of self-sacrifice.

Follow the path of the Buddha; transcend delusion to attain enlightenment.

Giọt Nước Mắt
(Phổ nhạc)

Nước mắt long lanh, tựa pha lê
Lệ buồn đổ mãi, sao thảm thê!
Khóc đến bao giờ, khô nước mắt
Buồn buồn, nối tiếp dài si mê

Nước mắt long lanh, tựa giọt sương
Xinh đẹp mà không, đấy đoạn trường
Ôi! Cõi Sa Bà, toàn nước mắt
Mấy ai mà tránh khỏi thê lương!

Nước mắt long lanh, tựa kim cương
Thấy đẹp mà không, đấy chán chường
Khóc hoài, khóc mãi, đời nào dứt
Có dứt gì đâu, chỉ sót thương!

Tears
(With music)

Look at the sparkling tears, like crystals.

Why do tears of sadness continue to flow? It's so heartbreaking!

How long will I cry in this life, and how can I dry my tears?

How sorrowful is this world; it remains perpetually ignorant.

Look at the sparkling tears, resembling dewdrops.

Beautiful scenes, yet filled with suffering.

Oh, Samsara, full of tears.

Few individuals can avoid suffering in this world.

Look at the sparkling tears, resembling diamonds.

The scenery is beautiful, yet it is filled with sadness.

Every life has its sorrows to lament. When will the suffering come to an end?

I am filled with pity, as ending suffering is not an easy task.

Này chuyện vợ chồng, cũng thương đau
Này danh, này vọng, chỉ thêm sầu!
Con cháu, bạn bè, trường rắc rối
Hạnh phúc nơi nào, ta kiếm đâu?

Em hứa mãi thương, trọn muôn bề
Anh hẹn tương lai, không thể chê
Cặp kính mầu hồng tô mầu sắc
Mấy ai mà giữ trọn câu thề

Chẳng vẹn chữ thề, nên tái tê
Khổ đau đã lắm, chán cùng chê
Ngụp lặn, lội bởi, hồ nước mắt
Bao giờ cho hết kiếp u mê?

In the realm of marriage, there are also moments of sadness and pain.

Worrying about the pursuit of fame and glory will only contribute to feelings of sadness.

Children and friends can also create additional challenges.

Where can we discover happiness?

She promises to love and be faithful forever.

He promises to deliver a bright future.

Rose-colored glasses offer a hopeful perspective on the future.

However, few individuals uphold their commitments.

Because we did not uphold our vows, we feel sad and angry with one another.

Suffering will make us feel more sorrowful.

Our lives are swimming in a lake of tears.

When will the infatuation and ignorance come to an end?

Nếu biết đường đi, sẽ tới quê
Này chuông cảnh tỉnh, quay đầu về
Biển nước mắt đầy, cam lồ hiện
Tẩy sạch phong trần, hết si mê

Tồn tại, đẹp xinh đủ mọi bề
Nước mắt ngày nào, đúng pha lê
Chính thật kim cương, giọt sương ấy
Thanh tịnh, trong veo, hết ê chề!

If you know the way, you will arrive at your homeland.
You should turn back; this alarm bell is sounding.
The sea of tears is full; the nectar emerges.
Wash away the dust of the world; end all delusions.

Existence is beautiful in every way.
Tears of the Past, True Crystal
That dewdrop is a true diamond.
Keep your mind pure and clear; let go of shame!

Thâm Hiểm

Đừng thâm trầm, đừng đầy nham hiểm
Cởi mở đi, nhẹ nỗi đảo điên
Cõi ảo mộng đã lắm ưu phiền!
Đừng chấp chứa nỗi niềm cay đắng

Mở lòng rộng, đón chào mưa nắng
Từ bi tâm trọn vẹn, vô biên
Dang vòng tay ôm trọn mọi miền
Người hay vật với ta đồng thể

Furtively

Don't be deceitful; don't be malevolent.
Be open; let go of your madness.
The world of illusion is filled with concerns!
Do not harbor bitterness in your heart.

Open your heart; embrace the rain and sunshine.
Be compassionate, comprehensive, and limitless.
Open your arms to embrace all worlds.
People and objects share the same essence as we do.

Bệnh Hà Tiện

Hỏi chết đi, mang chi ngoài cái nghiệp?
Dữ lôi ta xuống, thiện nghiệp đưa lên
Vợ chồng, con cháu, danh tài kề bên...
Đem chẳng được, chỉ mình tôi ĩnh biệt!

Cò khi nào đám, giúp người, gây phúc?
Đã bao giờ, bố thí, tạo thiện duyên?
Toan tính, so đo, luẩn quẩn, đảo điên
Ôi keo kiết, suốt cuộc đời hà tiện!

Mai hậu, kiếp, đời, đói khổ triền miên ...
Bệnh kiết keo, sao tránh khỏi lụy phiền
Hà tiện nhân, tạo quả sau nghèo mạt
Nhân quả nào sai, tự chuốc oan khiên!

Stinginess Disease

When you die, what do you take with you but karma?
Evil pulls you down, while good karma elevates you.
Wife, children, fame, and wealth surround you, but
you cannot take them with you; you leave this world alone.

When have you ever helped others and created blessings?
Have you ever given alms or created good karma?
Don't continue calculating, comparing, and going in circles.
Don't be stingy and hoard your resources throughout your life!

Stinginess will result in the retribution of endless hunger and suffering.
Stinginess will lead to more troubles.
Stingy individuals contribute to the perpetuation of poverty in the next life.
Cause and effect are not inherently negative; do not invite suffering upon yourself.

Tự Ấn Chứng

Chớ vội đội, cho mình một vương mão
Ta ngộ rồi, và dẫn dắt lôi thôi
Đừng đặt tên, từ ngữ hỡi người ôi!
Ngộ cái chi, đâu có gì để ngộ?

You Believe You Are Enlightened

Don't rush to wear a crown.

You believe you are enlightened, yet you lead a chaotic life.

Please refrain from using names or specific words, my friend!

What is there to be enlightened about? What is there to be enlightened about?

Nhân Quả

Ích kỷ, ghét ghen, để làm chi?
Tranh đua cho lắm, đâu ích gì
Phước báu của ai, người nấy hưởng
Nhân quả nào sai, dù nửa li

Đố ky, ghét ghen, lệ ướt mi
Tội chi đầy đọa mình một khi
Nhân quả tương ưng, không sai chạy
Hiểu rồi, ta quét sạch sầu bi

Hiềm tị, đấu tranh, bệnh mê si
Tự mình chuốc lấy chuyện thị phi
Vô tình, ta tạo thêm nghiệp dữ
Thôi mắt mở rồi, hãy từ bi

Cause And Effect

What is the purpose of selfishness and jealousy?
Competing excessively—what's the point?
Each person's blessing is something that everyone enjoys.
The law of cause and effect is accurate and without error.

Jealousy and hatred only serve to wet our eyes with tears.
Why torment yourself with unnecessary troubles?
Cause and effect are always revealed; they are not incorrect.
Understanding, I sweep away sorrow.

Envy and conflict are the diseases of ignorance.
Do not invite trouble upon yourself.
Unintentionally causing trouble can lead to accumulating negative karma.
Now that your eyes are open, practice compassion.

Siêng Năng
(Đối với Đời)

Do siêng năng, ta san bằng được sông núi
Do siêng năng, ta xây dựng được non sông
Do siêng năng, ta tát cạn được biển đông
Siêng năng đó là thăng hoa, nguồn gốc

Diligence
(For Life)

Through diligence, we can overcome mountains and rivers.

Through diligence, we can create mountains and rivers.

Through diligence, we can drain the East Sea.

Diligence is the foundation of sublimation.

Siêng Năng
(Đối với Đạo)

Siêng năng là công phu tinh tiến không nghi
Siêng năng là công phu định tuệ từ bi
Siêng năng là công phu bỏ tập khí ngu si
Siêng năng là Chân Như, Chân Như tuyệt đối

Diligence
(For the Way)

Diligence means to practice consistently and tirelessly.

Diligence involves the practice of concentration, wisdom, and compassion.

Diligence involves abandoning bad habits and avoiding ignorance.

Diligence is the practice of living in accordance with the absolute nature of True Suchness.

Ta Và Người
(Năng và Sở)

Không phân biệt, nào người với ta
Không năng, không sở hãy vị tha
Chớ xào xáo, nồi da nấu thịt
Chớ xẻ chia, làm bảy, làm ba

Một đất tâm, thể cùng một nhà
Một vầng trăng, mà chia hai, ba
Cái này của người, cái kia của ta!
Hỏi thân ta, giữ được đâu mà?

Vậy: cái gì gọi là của ta?
Chồng ta, vợ ta, con cháu ta
Xe ta, nhà ta, đất nước ta
Càng nhận của ta, càng xa ta!

Me And Others

Do not distinguish between "I" and "others."
There is no true "I" and "others." Be compassionate.
Conflict is akin to boiling flesh.
Do not create divisions among various factions.

One heart: you and others share the same home.
One moon, yet divided into two or three;
you may think this belongs to you, and that belongs to me.
Unfortunately, you can not be able to maintain your body in the way you desire.

So, what truly belongs to you?
Your husband, your wife, and your children.
Your car, your home, your nation.
The more possessions you claim as your own, the further they seem to drift away from you!

Tâm phân biệt, bận rộn thật tối đa
Phân tích đêm ngày, thêu dệt vọng ma
Càng phân biệt, lại càng thêm ích kỉ
Để tâm buông lung, sinh tử khó qua!

Cùng một đất tâm, cùng thể một nhà
Thôi ngưng phân biệt, của người, của ta
Hoán chuyển Thức Tâm, ổ Tâm ý Thức
Linh Diệu là đây, nào đâu có xa!

The discerning mind keeps you perpetually occupied,
leading you to analyze endlessly and create false illusions.
The more you discriminate, the more selfish you become,
leading to a disordered mind, making it difficult to navigate life and death.

We share the same mindset and the same home.
Stop discriminating between yours and mine.
Transform your mind and consciousness to
recognize that the miraculous is present, not distant!

Vượt Nhị Biên
(Phổ nhạc)

Thế sự bày chi, nào trước với sau
Nào cao, nào thấp, rắc rối thường đau!
Luẩn quẩn, loanh quanh, nhị biên tương đối
Tâm địa đại đồng, sau, trước gì đâu

Em cuối sau, tôi đi hàng đầu
Cùng xoay ngược lại, đuôi, đầu thay nhau
Trái trứng có trước hay gà có trước?
Việt siêu cuối, đầu phải nghĩa thâm sâu?

Beyond The Two Extremes
(With music)

Life is often characterized by discrimination, both before and after events occur.

This leads to discussions about social hierarchies, which can result in increased trouble, pain, and sadness.

Discrimination only causes us to wander aimlessly and fosters relative dualities.

In the realm of the mind, there exists unity, with no concept of before or after.

You are last; I am first.

Let's turn around; the tail and the head take turns.

Did the egg come first, or did the chicken?

When we transcend the distinction between beginning and end, we will uncover profound meaning.

Cùng một đất tâm, mà trước với sau!
Cùng đồng một thể, tuyệt đối như nhau
Cao thấp, đầu đuôi, thôi đừng chấp trước
Là sạch u sầu, mặt ủ mày chau

Nở nụ cười tươi, dù trước hay sau
Ta vẫn là nhau, còn chi đau rầu
Vượt hết tự ti, tự tôn cũng vượt
Nước mắt cùng mặn, máu đỏ cùng đau

The same realm of thought, both before and after!
However, they remain identical—absolutely the same.
High and low, beginning and end—when you cease to distinguish
between them, sadness and sorrow will no longer exist.

Smile, regardless of whether you are ahead or behind.
We still have each other; why be sad?
Overcome all feelings of inferiority and superiority.
Tears are equally salty, and blood is equally red and painful.

Phá Ngã Chấp

Tu càng lâu, sao ngã càng cao
Tu dài lâu, đã nghĩa cao sao?
Tu làm sao, hạnh bi, đức, trí
Tu thuộc lầu, chưa hẳn xong nào!

Tu làm sao, không còn ngã chấp
Tu làm sao, chẳng để ngã vấp
Tu làm sao, vượt ngoài cao thấp
Tu làm sao, bình đẳng, tột cùng

Breaking The Attachment To Ego

You've practiced for so long; why do you cling more to your ego?

You've practiced for so long; why can't you see the non-self?

Practice cultivating compassion, morality, and wisdom.

When you memorize the scriptures, it does not mark the end of your practice!

Practice to eliminate ego.

Practice to eliminate any stumbling.

Practice letting go of attachment to highs and lows.

Practice to ensure equality to the fullest extent.

Đàn Ông, Đàn Bà

Này đàn bà; còn đây đàn ông
Ai ơi ráng thấu hiểu sắc, không
Không lầm lạc, cũng không mù quáng
Hình tướng huyễn hóa, mà dung thông

Chấp có không, suy lý cạn nông
Quan niệm độc đáo, không xa rộng
Bà coi nhẹ, ông cao cao ngất
Đời đời, trường mê mộng, mênh mông

Biết đâu, đàn bà có thể tát biển đông
Đóng góp tột cùng, chẳng thẹn non sông
Hạnh khổ cực, kiên trì không thiếu
Trọn vẹn Đạo, Đời, khó hay không?

Men, Women

You may think that this is a woman; the other is a man.
Oh, try to understand form and emptiness.
Avoid deceit and remain vigilant.
Form and appearance are mere illusions, yet they exist in harmony with one another.

If you cling to the concepts of existence and non-existence, your reasoning is superficial.
You must observe to gain a broad perspective.
Do not underestimate women; do not view men as superior.
Life has often felt like a vast dream.

Who knows? Women can drain the East Sea,
contribute significantly, and take pride in their country.
Many women practice asceticism, persevere,
and fulfill their responsibilities on the Path and in life.

Chớ chà đạp, khinh khi phải tội
Chẳng biết công, bạc trắng như vôi
Biết, không biết cũng thế mà thôi
Bàn tay ai, hiện hữu ngập trời?

Một mặt trời, chấp sáng, chấp tối
Một vầng trăng, này thấp, này cao
Mặt trời luôn sáng, tối khi nào?
Vầng trăng làm sao, có cao có thấp!

Do not look down on women; contempt is a sin.

It is important to recognize that women have made numerous significant achievements.

Whether you know it or not is not relevant.

No one can cover the sky with a single hand.

There is only one sun; do not debate whether it is bright or dark.

There is only one moon; do not debate whether it is low or high.

The sun is always bright; when does it become dark?

How is the moon—high or low?

Con Lừa Ôm Hòm Sắc

Đầu tròn, y áo thật uy nghi
Bao người kinh cẩn, lậy, lễ, quỳ
Thanh tịnh chân sư, thật xứng quý
Y người là một, ngại nghi chi?

Nếu không thanh tịnh, thật là nguy
Người vẫn là người, y là y
Lễ lậy ai dâng, thêm ngã chấp
Lừa ôm hòm sắc, chỉ một khi

Kẻ chê, người cười bao thị phi
Chỉ vì đức hạnh chẳng ra chi
Khi chưa chân chính, đừng y áo
Khi nghiêm tịnh rồi, đó CHÍNH Y

The Donkey Carrying The Royal Box

Many people bowed, worshipped, and knelt before
the monk, who had a shaven head and majestic robes.
They praised the monk as pure and deserving of worship,
believing that the precious robe and the wearer were inseparable.

If the monk is not pure, it could be dangerous.
The man is not defined by his robe.
Worshiping the monk would only heighten his arrogance.
That was the donkey carrying the king's chest.

Many individuals criticize and mock
a monk who is unable to adhere to his precepts.
When your practice lacks authenticity, do not worry about your robes.
When you lead a virtuous life, your principles become your most treasured garment.

Sinh Nhật
(Đời)

Bao năm thu thập, được những gì?
Bấy lăm chớp nhoáng, tí ti tỉ
Mỗi độ xuân về, mừng sinh nhật
Giật mình tuổi nặng, được chi chi?

Cuộc đời ngó ngắn, chỉ mê si!
Danh lợi bon chen, thú vị gì?
Thù hận, oán ân, bao kiếp dứt?
Luân hồi quanh quẩn vẫn là mi

Sực tỉnh, quay đầu chỉ một khi
Ngược dòng sinh tử, biết quay về
Minh sư đưa lối, tu chân chính
Nguồn giác thênh thang, chẳng ngại chi

.

Birthday
(Worldly)

What have you collected over the years?
Seventy-five years passed in a flash—a mere moment.
Every spring, we celebrate a birthday.
Shocked by the weight of age, what do you have?

Life is fleeting; it is merely infatuation!
What is the appeal of competing for fame and wealth?
Hatred and resentment—how many lifetimes have been lost to them?
The cycle of reincarnation remains the same for you.

Awaken and turn back for just a moment.
Go against the current of life and death; learn how to turn back.
The enlightened master demonstrates the path; practice sincerely.
The source of enlightenment is vast; there is nothing to fear.

Sinh Nhật
(Đạo)

Tu tập bao năm, được những gì?
Bốn Lăm chớp nhoáng, có ra chi!
Mỗi độ Hạ về, thêm tuổi đạo
Giật mình tự hỏi, công tu trì?

Ngỡ ngàng, tu mãi vẫn mê si
Tập khí tham, sân chúng cứ lì
Vô minh lầm lũi không mòn mỏi
Luân hồi luẩn quẩn, lẫn sầu bi!

Thôi mà đừng rỡn, ta chào mi
Sát na bừng tỉnh, ta quay đi
Làm sao ta nhận ra TA nhỉ?
Sinh nhật phút này đúng NHƯ Ý

Birthday
(in Dharma)

After years of practice, what accomplishments have you achieved?

Forty-five years on the Way is but a blink of an eye.

Every summer, I add another year to my practice of Dharma.

Startled and pondering, what is the purpose of practice?

Surprised, I have practiced endlessly yet remain deluded.

The tendencies of greed and anger persist over time.

Ignorance is an eternal wanderer.

The cycle of reincarnation is deeply intertwined with sorrow and sadness.

Now, I bid farewell to ignorance.

In that moment of awakening, I turned away.

How can I recognize my true nature?

This moment's birthday embodies pure SUCHNESS.

Báo Hiếu Ngược

Con cái lẽ thường báo hiếu mẹ cha
Ngược ngạo đời này lắm quỷ, nhiều ma
Bắt cha, bắt mẹ đền ơn, báo hiếu
Làm mọi, làm tôi, giữ trẻ, trông nhà

Nuôi cháu ngày đêm, thân già mòn mỏi
Cắt cỏ, lau nhà, nấu nướng tưởng chơi
Ôi! Suốt ngày đêm, sức già chiến đấu
Chút hơi tàn đây, hiếu trọn dâng rồi

Reverse Filial Piety

Children should typically demonstrate filial piety toward their parents.

However, this life is inverted, resulting in the presence of numerous ghosts and demons.

They compel fathers and mothers to demonstrate filial piety in reverse,

requiring parents to act as servants, babysitters, and housekeepers.

They compel parents to care for their grandchildren around the clock while

also requiring elderly parents to mow the lawn, clean the house, and prepare meals.

Oh! Day and night, the battle of old strength continues.

Parents' final moments should be devoted to their children and grandchildren.

Bỏ

Phật pháp đâu rời pháp thế gian
Sợ gì chẳng bỏ, chở than van
Bỏ đi, đừng ngại vì vẫn đấy
Thôi bỏ cho rồi, hết gian nan

Tiền tài, danh vọng bỏ đi thôi
Ngay cả thân này cũng thế thôi

Ngũ dục giết người, không súng đạn
Đua tranh sáu nẻo, chẳng xa vời

Thù hận, sân si liền địa ngục
Vợ đẹp, con khôn, rắn hại người

Let Go

Buddhism is not separate from worldly dharma.

What is there to fear if not abandoning the world and carrying its grievances?

Let it go; do not be afraid, for it is still there.

Let it go; the hardship will come to an end.

Money and fame should be relinquished.

Even this body must be relinquished.

Five desires can lead to destruction without a single gunshot being fired.

Competition in the Six Realms is Not Far Away.

Hatred and anger lead to hell.

Beautiful wife, smart children, like snakes harming people

Biết rồi, lỡ dại nay từ bỏ
Bỏ rồi, bỏ mãi, bỏ sạch thôi

Sinh tử hết rồi đâu đáng sợ
Thôi người, hãy bỏ, bỏ đi thôi

Ghi chú: "Bỏ" đây là bỏ cái tâm phàm, mê đắm thôi.

You know— now give up.

You have given up; now, commit to giving up forever and completely.

Life and death are gone; what is there to fear?

Come on, let go, let go.

Note: Let go here means to give up the mortal mind, infatuation.

Mừng Thượng Thọ
(Đời)

Mừng vui ngày thượng thọ
Bẩy lăm tuổi đời cho
Tháng năm đầy lo lắng
Vòng tục lụy rối vò!

Đời chẳng đẹp như mơ
Buồn khổ cứ sờ sờ
Vui qua như gió thoảng
Sao ngủ ngáy khò khò?

Happy Long Age
(Worldly)

Happy Birthday!
Seventy-five years of life.
The months and years are filled with worries.
The cycle of the world is entangled!

Life is not as beautiful as a dream.
Sadness and suffering are ever-present.
Joy passes like a gentle breeze.
Why do I snore so loudly while I sleep?

Nỗi khổ, niềm đau no
Vô minh cứ tối mò
Sinh tử chờ, đợi, nhớ
Thượng thọ càng thêm lo!

Thôi thôi không ngu ngở
Vô Lượng Thọ vẫn chờ
Mau sao nhận ra "Đạo"
Là thoát khỏi mê mờ .

Many experience suffering and pain.
Ignorance is always shrouded in darkness.
Remember that both birth and death are inevitable.
The longer you live, the more anxious you may become.

Please stop acting foolishly.
Amitabha is still waiting.
Quickly discover the path
to escape confusion.

Mừng Thượng Thọ
(Đạo)

Siêu, vượt thời gian, lẫn không gian
Can chi tuổi tác mà mê man
Không gì là thượng, cũng không hạ
Chân thật là đây:
"VÔ LƯỢNG THỌ" an nhàn...

Happy Long Age
(in the Way)

Super, transcending time and space.
Don't worry about your age anymore.
Nothing is superior; nothing is inferior.
Here is the truth:
ENDLESS LONGEVITY is now effortlessly within reach.

Vô Lượng Thọ

Vô Lượng Thọ đây, ra ngoài số lượng
Vô Lượng Thọ đây, không thể nghĩ lường
Vô Lượng Thọ đây, không già, không trẻ
Vô Lượng Thọ đây, nào phải tầm thường

Endless Longevity

Endless Longevity is here, transcending numerical limits.

Endless Longevity has arrived, beyond comprehension.

Endless Longevity has arrived, transcending the boundaries of age.

Endless Longevity has arrived; it is anything but ordinary.

Đám Cưới

Hồng Mỹ, Trình Lưu ký hợp đồng
Bách niên, giai lão được hanh thông
Nhường nhịn, thương yêu trong bình đẳng
Duyên nợ, trả vay chốn bụi hồng

Kính trên, nhường dưới hạnh sạch trong
Nghĩa trọng, ân sâu đáp đền mong
Lấy ân đền oán là chính ĐẠO
Từ, bi, hỷ, xả sẵn trong lòng

Cha mẹ đôi bên, vẫn một giòng
Hiếu hạnh cho đồng, có phải không?
Nội, ngoại, gần, xa cùng thế đó
Lững lờ chìm nổi, chung giòng sông

Wedding

Hồng Mỹ and Trình Lưu sign a wedding contract.
A century of joyful old age
Forbearance: Love in Equality
Debt, repaid in the red dust.

Respect the elderly, show consideration for the young, and maintain a virtuous demeanor.
Repay with profound duty and deep gratitude.
Repaying with kindness is the right way.
Kindness, compassion, joy, and forgiveness already reside in the heart.

There are parents on both sides, but a single river unites them.
Do you understand the same happiness?
Whether they are paternal, maternal, near, or far—they areall the same.
Sinking and Floating: The Same River

Ngay cả thân này có thật không?
Nói chi danh vọng, chỉ uổng công!
Sắc đẹp mong manh như sương sớm
Chân chính tu rồi, thông suốt thông

Is this body even real?
Let alone achieving fame, it is simply a waste of effort!
Beauty is as delicate as morning dew.
Understanding the truth in practice will bring clarity.

Chết

Thôi chết thật rồi, thôi chết thôi
Chết này phiền toái lắm người ơi!
Chết đi, chết lại, vô ngần kiếp
Sống chết, khôn ngừng mãi chơi vơi!

Chết sống, luân hồi mãi thương ôi!
Chết đi, chết mãi có bao ngỏi
Làm sao giải thoát vòng sinh tử?
Để chỉ một lần chết, rồi thôi

Phật pháp siêng tu, sạch nổi, trôi
Trở về nguồn cội, hết luân hồi
Minh sư chân chính, đưa đường lối
Chỉ cần một lần, nhận ra TÔI

Death

Oh, I'm dead. Oh, I'm dead.

This death is so troubling; this life and the next are fraught with challenges.

I have experienced countless deaths.

Life and death revolve endlessly, drifting in a perpetual cycle.

Oh dear, life and death, eternal rebirth!

When can I break free from the cycle of life and death?

How can I break free from the cycle of birth and death?

How can I pass away just once, and then it's all over?

When you diligently practice Buddhism, you will cease to float and drift aimlessly.

When you return to the pure source, you will transcend samsara.

When you encounter a true master who guides you on your journey.

Just once, you will come to understand the true nature of your mind.

Đám Ma

Buồn thảm ngậm ngùi trong đám ma!
Vợ chồng, con cháu, mẹ hay cha?
Chị em, bạn hữu ai nằm đấy?
Quyến thuộc gần, xa, hay chính ta?

Không biết đường về, khó vượt qua
Chẳng tu cho đúng, ma không xa
Lăng xăng phí phạm năm, ngày, tháng
Sống ngộp vô minh, há khác ma!

Chính pháp tu theo ma ngán a
Tu sao cho nhận ra thật TA
Về nguồn, ma, người việt siêu hết
Phật, ma chỉ khác trong sát na

Funeral

There is only sadness and sorrow at the funeral.

Is the deceased a wife, husband, child, grandchild, mother, or father?

Who lies there, a sister or a friend?

Is it a relative who is near or far, or is it ourselves?

If you are unfamiliar with the path of cultivation, escaping will be challenging for you.

If you do not cultivate properly, the devil will come very close.

Do not waste years, days, or months.

If you continue to live suffocated by ignorance, you are no different from a devil!

When you cultivate in accordance with the True Dharma, you will no longer fear ghosts.

Cultivate your awareness to recognize the true nature of the mind.

Return to the source of the mind; only then can you overcome both the devil and humanity.

Buddha and the devil lie solely in a moment of one's mind.

Điếu Văn Đám Ma
(Đời)

Sinh diệt, vô thường, ba cõi đây
Có ai đã thoát, không phải dây?
Sống, chết, chia ly sao khỏi được
Khổ đau, thôi cũng tại tâm này!

Funeral Oration
(Worldly)

Birth and death evolve in impermanence, as the three realms are in constant motion.

Has anyone successfully escaped the cycle of birth and death?

Life, death, and separation—how can one escape?

Suffering, all because of this mind!

Điếu Văn Đám Ma
(Đạo)

Mười phương thế giới, ba cõi đây
Có đi đâu, mà phải vơi đầy?
Đói rét, ấm no nào ảnh hưởng
Vũ trụ đây: "Thầy"*
Linh diệu thay!

Ghi chú: (*) "Thầy" ở đây có thể thay bằng tên của bất kỳ ai, tùy hoàn cảnh.

Funeral Oration
(In Dharma)

The ten directions of the world encompass the three realms present here.

Where do they go that they must be either full or empty?

Hunger, cold, and fullness do not have an impact.

The Universe Here: Master *

How miraculous!

Note: (*) The term 'Teacher' can be substituted with any individual's name, depending on the context.

Điếu Văn
Sư Phụ Thích Duy Lực
(18-01-2000)

"Vô sở đắc, vô sở cầu, vô sở úy"
Thấu hiểu ĐẠO rồi, thầy nhắc mãi trên môi
Thường hằng đây, là thầy vẫn đây thôi
Chưa từng đến, cũng chẳng đi đâu mà sợ

Funeral Oration To Master Thích Duy Lực
(January 18, 2000)

There is nothing to possess, nothing to desire, and nothing to fear.

Just understand the WAY, the teacher repeats it repeatedly.

The teacher is always here.

We have never been here, nor are we going anywhere that warrants fear.

Điếu Văn Bác
Tịnh Liên Nghiêm Xuân Hồng

Đã Tịnh Liên, là chính sen Tuyệt Đối
Còn lo chi, không thể nghĩ và bàn
Vượt ra ngoài sinh tử với lầm than
Đừng ngờ nữa, đây Niết Bàn Tịnh Độ

Eulogy To Tịnh Liên Nghiêm Xuân Hồng

You are already a pure lotus, a lotus of the absolute.

You have nothing to worry about; you have arrived at a place beyond thought and discussion.

You have transcended birth and death, rising above suffering.

You have no reason to doubt; before you lies the Pure Land of Nirvana.

Sao Vĩnh Biệt?

Không sinh cũng không diệt
Khóc chi? THIỀN sẽ biết
Chưa hề đến, không đi
Vẫn đây, sao vĩnh biệt?

Why Is It Called Goodbye?

The universe is neither born nor destroyed.
Why cry? Meditate, and you will gain understanding.
We have neither come nor gone.
Why say farewell when we are still here?

Cùng Một Vầng Trăng

Cũng muốn về thăm, chẳng thể về
Thương nhau lòng những tái cùng tê
Thầy trò tuy xa, lòng chẳng cách
Cùng một vầng trăng, tỏa mọi bề

Seeing The Same Moon

I would like to visit, but I am unable to.

We miss each other; we feel the emotions.

Although the teacher and student are far apart, our hearts are not apart.

We see the same moon that shines everywhere.

Nghề Nghiệp
(Phổ Nhạc)

Phước báu, nhân quả đều do cái nghiệp
Sĩ, nông, công, thương, ta đừng phân biệt
Lợi ích như nhau, cùng đều tôn quí
Ta sống dựa nhau, nào ai hơn thiệt?

Nghề Tổng Thống, lo điều động đất nước
Nghề nhà binh, bảo vệ giữ non sông
Nếu không gạo thóc, ta làm sao sống?
Ai xây nhà, tạo vật dụng, ta dùng?

Không có những nhà kiến thức thế gian
Thì nhân loại cũng lâm cảnh lầm than
Lợi nhân gian nhưng cũng lợi chính mình
Nên không tự tôn, cũng đừng ngạo mạn

A Career
(With music)

Blessings and misfortunes are all a result of karma.

We should not differentiate among scholars, farmers, workers, and merchants.

The benefits are the same; everyone receives honor.

We rely on one another for survival; who is at a disadvantage?

The president's role is to oversee the management of the country.

The military's primary responsibility is to protect and defend the nation.

If there is no rice, how can we survive?

Who builds houses and creates things that we use?

Without the guidance of worldly scholars,

humanity would be in a state of misery.

Professions benefit humanity and provide personal advantages.

So, do not be proud; do not be arrogant.

Lao động tay chân, cực khổ đừng than
Mồ hôi nước mắt, đóng góp giang san
Ôi! Hy sinh này, vô cùng cao quí
Đừng tự ti, ta nào khác ông quan?

Danh vọng, chức vị, cũng nên tán thán
Vì tu lâu, phước báu ở trần gian
Dù thông minh nhưng vẫn phải học hành
Nghề nghiệp nào, chẳng ngát tựa hương lan

Không cách chi mà, ta tách rời đâu
Máu chảy, ruột mềm hỏi có thương đau?
Không xa cách, ồ! chúng ta đồng nhất
Ôi! Tuyệt vời, phải ta vẫn là nhau

When engaging in manual labor and facing hardships, refrain from complaining.

Everyone's sweat and tears contribute to the nation.

Oh! This sacrifice is truly noble.

Don't be self-deprecating; how am I different from an official?

Fame and position should also be acknowledged.

Because of extensive practice, there are blessings in the world.

Although I am intelligent, I still need to study.

Every profession has its own unique beauty, much like orchids.

There is no way we can separate.

If one person is in pain, the other is also sad.

No distance, oh! We are the same.

Oh! Wonderful! We are still together.

Cành Hoa Vẫn Đấy

Dịu mát chan hòa, vi diệu thay!
Cành hoa vẫn đấy, ngay trên tay
Muôn mầu sắc, và không mầu sắc
Cha chẳng đi đâu, Cha vẫn đây

Mẹ chẳng đi đâu, mẹ vẫn đây
Ngay trên ngực áo, cài hoa ấy
Mầu nào, hoa nào mà chẳng vậy
Hóa hiện, nhiệm mầu ai có hay?

The Flower Is Still There

Cool and harmonious—how wonderful!
The flower branch is still here, right in my hand.
A thousand colors and no colors.
Father doesn't go anywhere; he is still here.

Mother doesn't go anywhere; she is still here.
Right on my chest, I pin that flower.
Any color and any flower are all the same.
Transformation: miraculous—who knows?

Đóa Hoa Mầu Nhiệm
(Phổ nhạc)

Mẹ là nhân chứng của cuộc đời đầy khổ đau
Y lời Mẹ dậy:
Tủ kinh sách, anh chị em chia nhau
Nước mắt mẹ đã trào dâng, ngập đầy biển cả
Con sót sa, lội bởi trong sóng lệ, đau rầu
Mẹ là chứng nhân của cuộc đời quá thảm sầu
Nên con đã lần bước, theo gót chân Đức Phật Niềm thống khổ của mẹ, thôi thôi vô cùng tận...
Con đã từng, thét gào, theo giông bão thương nhau

Mysterious Flower
(With music)

Mother is a witness to a life filled with suffering.

Obeying Mother's Teachings:

The bookshelf is shared by brothers and sisters.

Mother's tears have overflowed, filling the ocean.

I am heartbroken, drowning in waves of tears and sorrow.

Mother is a witness to a life so tragic.

I have followed in the footsteps of the Buddha, enduring the suffering of the Mother endlessly.

I have cried out, chasing the tempest of our love for one another.

Mẹ!

Mẹ ơi! Người mẹ tượng trưng của trần lụy, biển dâu
Không có mẹ
Làm sao con biết đường vượt ngoài giông tố!
Tỉnh mộng đi mẹ!
Cuộc đời, thôi đã hết rồi lụy khổ
Chính pháp nhiệm mầu bao phủ kín sạch thương đau

Mẹ!

Mẹ vui đi, trong ánh sáng vi diệu Bảo Châu
Mẹ là ánh hào quang, là vũ trụ tuyệt vời, lộng lẫy!
Thôi tủi hờn, thôi hãi hùng, thôi không giận lẫy
Này đóa hoa đây, là trọn vẹn cả hương mầu

Mother

Oh, Mother! The mother symbolizes the world, a sea of impermanence.
Without a Mother
How can I find the path beyond the storm?
Wake up, Mother!
Life is filled with suffering.
The miraculous Dharma encompasses all aspects of life, transforming suffering into a source of reward.

Mother

Be happy, Mother, in the radiant glow of the Precious Jewel.
You are the halo, the magnificent and splendid universe!
Stop feeling sad, stop feeling afraid, and stop feeling angry.
Here is a flower, complete with fragrance and color.

Chấp Không Nói Là Thiền

Nhiều người chấp Thiền là không nói
Chẳng nói chi mới chính là Thiền
Chấp chước thế nhiều lụy, nhiều phiền
Mình trói mình trong nghiệp oan khiên!

Nói, không nói vẫn là nhị biên
Có với không sao gọi là Thiền?
Lạc, càng lạc, sâu vào tương đối
Tử với Sinh, nào phải an nhiên

Bốn chín năm thuyết pháp, độ sinh
Biết bao Pháp, Mười Hai Tạng Kinh!
Phật: "Một lời ta chưa hề nói"
Tan tành vũ trụ; A Tánh Linh!

Do Not Assume That Silence Equates To Zen

Many people believe that Zen involves silence rather than speech.

They say that silence embodies Zen.

Accepting things in that manner leads to numerous challenges and difficulties.

Unjust karma binds us!

Speaking and silence remain dualistic concepts.

Existence and non-existence cannot be defined as Zen.

Believing in that way leads one astray, delving deep into relativity.

Death and Birth, Not peace.

For forty-nine years, Buddha preached,

teaching many Dharmas and the Twelve Tripitaka.

However, Buddha once stated, "I have never spoken a word."

The Universe is Shattered: A Sacred Nature

Động, tịnh vượt phải đấy nhiệm mầu
Viên-Tròn-Viên, Đệ Nhất Nghĩa sâu
Sắc với không, làm sao cho thấu
Trong bàn tay đã có Bảo Châu

Movement, stillness, and transcendence—these are miraculous.

Perfection: A Profound Meaning

When you comprehend form and emptiness,

you are holding the Jewel in your hand.

Siêu Việt Hoa
Thân tặng sư muội Thích Nữ Chân Kim

Huyền diệu làm sao "siêu việt hoa"
Thắm tươi, xinh mãi, chẳng phai nhòa
Viên tròn, công đức. Ai nhìn thấu?
Chắp tay chiêm ngưỡng, thật không ngoa!

Superior Flower
Dedicated to Buddhist Sister Thích Nữ Chân Kim

How miraculous is the transcendent flower!
Fresh and beautiful forever, never fading.
Perfect and virtuous. Who can see through it?
Folding one's hands in admiration is not an exaggeration.

Toàn Chân Liên
Thân tặng Sư cô Chân Liên

Thuần Liên thật nghĩa Toàn Chân Liên
Hóa hiện nhiệm mầu, thể vô biên
Tinh tấn chờ chi? Từng giây phút
Chuyển hóa xong rồi, rõ Y Nguyên

Tịnh Độ ngay đây, chỉ cứ Thiền
Công phu mài miệt, ôi triền miên!
Đêm ngày miên mật, chuyên "công án"
Tự giác, giác toàn, Chân Tròn Viên

Toàn Chân Liên
Dedicated to Venerable Nun Chân Liên

The pure lotus flower is indeed the embodiment of Toàn Chân Liên.

This is the miraculous manifestation of the boundless body.

Practice diligently in every moment.

Once the transformation is complete, the Original Truth will be clearly visible.

The Pure Land is right here; simply meditate.

Diligently practice without interruption.

Day and night, focus diligently on the koan.

Try to achieve self-realization, complete realization, truth, and perfection.

Chăng, Chăng Là?
Kính tặng nhạc sĩ Tuấn Khanh

Khúc nhạc nào, nhè nhẹ thanh thanh?
Khúc nhạc nào, bay bổng từng xanh?
Nhạc khúc chi suối nguồn réo rắt?
Nhạc khúc gì huyền diệu tinh anh?

Nhạc ai phổ, thật chẳng hủ danh!
Lữ khách ngừng ra đi nào đành
Phổ tuyệt như sao trời lấp lánh
Phổ tựa ngà, tựa ngọc long lanh

Cảnh tỉnh mộng, nhạc vượt tử sanh
Trầm, bổng, êm, mộng ảo tan tành!
Ai, ai phổ toàn năng, toàn lực?
Chăng, chăng là Nhạc Sĩ Tuấn Khanh?

Is That So?
Dedicated to musician Tuấn Khanh

What a melody, so gentle and clear!
What a melody, soaring through the greenery!
What a beautiful melody it is, reminiscent of a stream's murmur.
What a melody, so magical and refined!

Whose music is this, truly deserving of its name!
The traveler hesitated, not wanting to leave.
The melody is as enchanting as the twinkling stars in the night sky.
The melody is as smooth as ivory and as sparkling as jade.

Music transcends life and death, awakening the dreams.
The illusion breaks, whether it's high, low, or smooth!
Who composed such powerful music?
Could it be the musician Tuấn Khanh?

Ồ Vẫn Thế
Kính tặng chị Thanh Mai

Muôn hoa quy một, phải Thanh Mai?
Thắm mãi, tươi hoài, chẳng hề phai
Dầu mưa, dãi nắng,
Ồ vẫn thế!

Một là tất cả,
Mai là ai?

It's Still Unchanged
Dedicated to Ms. Thanh Mai

Don't you agree, Thanh Mai, that thousands of flowers come together as one?

Forever fragrant and eternally fresh, the flowers never fade.

Regardless of the weather, the flowers remain unchanged!

One is all.
Who is Mai?

Quảng Khoái Là Ai

Kính tặng anh Trần Ngọc Lạc
Pháp danh Quảng Khoái

Kìa Cực Lạc thế giới, hỏi ai như Quảng Khoái?
Phật sự thật đa-đoan, nhưng nào hề quản ngại
Gian khổ tột cùng, mà sao tâm vẫn thư thái
Hãy tự hỏi mình rằng: "Này Quảng Khoái là ai?"

Who Is Quảng Khoái
Dedicated to Mr. Trần Ngọc Lạc
Buddhist name Quảng Khoái

Oh, the Pure Land, who is like Quảng Khoái?

The Buddha's deeds are numerous, yet he continues to endure.

Through extreme hardship, how is his mind still at ease?

Ask yourself, who is Quảng Khoái?

Từ Tâm, Thanh Tâm
Thân tặng hai em Tâm Hiền

Dâu thảo, mẹ hiền, đúng từ tâm
Oan khiên, nhẫn nhịn, chỉ âm thầm
Xinh xắn, dịu hòa, thê lý tưởng
Ai mà chẳng kính, chẳng yêu thương

Dầu dập, dầu bầm, khắp muôn phương
Vẫn đóa Chân Thường, thơm ngát hương
Anh bước, em đi chung một hướng
Từ Tâm nào khác với Thanh Tâm

Nhành bông chèo chống sóng bổng, trầm
Cay đắng nhường nào, vẫn nín câm
Dũng mãnh, kiên trì là bản tính
Từ bi, đức độ, tựa Quan Âm

Từ Tâm, Thanh Tâm
Dedicated to Tâm and Hiền

She is a good daughter-in-law, a kind mother, and a truly compassionate person.
When she encounters injustice, she remains patient and silent.
She is a beautiful, kind, and ideal wife.
Who wouldn't respect and love?

Despite facing mistreatment from all sides, the
heart continues to radiate a fragrant essence.
Two individuals are heading in the same direction:
Từ Tâm is no different from Thanh Tâm.

The flower branch sways with the waves, rising and falling gracefully.
No matter how bitter it may be, it remains unspoken.
Keeping the heart brave and steadfast embodies
the essence of compassion and virtue, much like Quan Âm.

Thiên Biến Vạn Hóa

Thân tặng em Lưu Ngọc Hải
Pháp danh Thiện Bình

Tự tại, an nhiên, chính Thiện Bình
Thiên biển, vạn hóa, ôi Tánh Linh!
Bi, trí, dũng, này đây tuyệt đối
Ai? À em! "Tính Giác Diệu Minh"

A Thousand Changes, Ten Thousand Transformations

Dedicated to Lưu Ngọc Hải
Dharma name Thiện Bình

Freedom and serenity define Thiện Bình.

A thousand changes, ten thousand transformations—oh, Noble Self-Nature!

Compassion, wisdom, and courage are essential qualities.

Who? Oh, it's you! In the state of awakened awareness, there exists a miraculous light.

Hoa Bất Diệt

Thân tặng em Lan
Pháp danh Như Lan

Ai biết, ai hay hết thảm thương!
Cao quý Như Lan tỏa ngát hương
Thơm mãi, tươi hoài, Hoa Bất Diệt
Hoa này, hóa hiện khắp muôn phương

Immortal Flower
Dedicated to Lan
Dharma name Như Lan

Whoever understands will be liberated from sorrow.
Noble as the orchid, spreading its fragrance.
Forever fragrant and eternally fresh, the immortal flower.
This flower manifests itself in all directions.

Giọt Sương Nhiệm Mầu
Thân tặng Diệu Sương

Giọt sương đời, sao quá mong manh!
Diệu Sương này, bất tử bất sanh
Đạo với Đời, đâu rời Tuyệt Đối
Vi diệu, nhiệm mầu mây, trời xanh ...

Mysterious Dew Drops
Dedicated to Diệu Sương

The dew of life—how fragile it is!
This exquisite dew is eternal and uncreated.
The Way and the World: Inseparable from the Absolute
The clouds and the blue sky are both beautiful and enigmatic.

Vi Diệu Tay Ai
Thân tặng Họa sĩ Lam Thủy

Tô thắm cho đời, huyền diệu biết bao nhiêu...
Biến hóa trăng sao, hoa lá thật đáng yêu
Siêu việt, mỹ thuật, nét nét tuyệt mỹ miều
Vi diệu tay ai? Phải tay ngà Lam Thủy?

Dáng tựa như hoa, làn thủy ngất ngây người!
Vừa duyên dáng, lại vừa điểm nụ cười tươi
Này hồng nhan, liền theo sau đầy nước mắt
Sớm tu thôi, sớm vượt phiền não em ơi!

Miraculous Hands
Dedicated to artist Lam Thủy

How wonderful it is to paint the essence of life...

Drawing beautiful moons, stars, flowers, and leaves.

The lines are transcendent and artistic, truly beautiful.

Whose hands are these, so wonderful? Are they the ivory hands of Lam Thuy?

The figure resembles a flower, and the water is intoxicating!

Both graceful and adorned with a bright smile.

Hey, beautiful. Right behind you are tears of sorrow.

Quickly cultivate your strengths and swiftly overcome your troubles, my dear!

Mười Hai Tạng Kinh
Thương Tặng Trịnh Doanh
Pháp Danh Minh Tâm

Minh Tâm Kiến Tánh
"Tính Giác Diệu Minh"

Lý sự viên dung
mười hai tạng kinh
ôm trọn chính mình

Đức độ khiêm cung từ bi bình đẳng
Độ cả muôn loài về một Tính Linh

The Twelve Divisions Of The Scriptures
Dedicated to Trịnh Doanh
Dharma Name Minh Tâm

Enlighten your mind to recognize your true nature;
in this awareness, you will discover a miraculous light.

Cultivate both reason and practice to their fullest potential:
the twelve collections of sutras
will nurture your body and mind.

Embrace the virtues of humility, compassion, and equality.
Bring all beings to a unified awareness of liberation.

Toàn Minh
Thương tặng Ngọc Minh
Pháp danh Toàn Minh

Siêu edition từng dấu, từng chữ, từng câu
Nguyên tập, toàn bộ, tới suốt canh thâu
Tuyệt đối kiên trì đồng tâm nhất trí
Này "Thiền" ngay đây còn phải tìm đâu?

Nhẫn nhịn nhu-mì chẳng quản biển dâu
Oan khiêm em chịu, đắng cay thảm sầu!
Ngọc Minh em chuyển, dần, lần, bất thoái
Chân Thiện Mỹ toàn; Ồ! Phải Bảo Châu

Toàn Linh, Toàn Minh, Toàn Diệu, nhiệm mầu
Ác mộng đâu còn trong nghĩa thâm sâu!
Nghiệp chướng sâu dầy lỗi lầm tây núi
Chân sửa tu rồi, em vượt lo âu

Toàn Minh

Dedicated to Ngọc Minh
Dharma name Toàn Minh

Super edition: every mark, every word, every sentence.

The original volume, referred to as the entirety, continues to function until the end of the night.

Absolutely persevering with a unified mind and heart.

Zen, could you please advise where else I might look for this work?

Patient and gentle, no matter the changes life brings.

You humbly endure injustice, bitterness, and sorrow.

Ngọc Minh, you are changing gradually, without retreat.

Truth, goodness, and beauty are all complete; oh, it must be Bảo Châu.

Toàn Linh, Toàn Minh, and Toàn Diệu are miraculous.

Nightmares vanish in deep significance!

Deep karma, mistakes as towering as mountains.

After completing the practice, you will overcome anxiety.

Lối Về Nguồn

Tám tư ngàn pháp môn, khai ngộ chúng sinh
Phương tiện Phật dậy, sao thoát khỏi điêu linh
Vì nghiệp chướng, căn cỏ, cao, thấp chẳng đồng đều
Nên thiên biến, vạn hóa, tùy duyên khéo độ quần sinh

Chọn đúng lối về, nhanh, dễ vẫn hơn
Mau, chậm về nguồn tùy ở pháp môn
Đừng tu nhiều đời, loanh quanh luẩn quẩn
Đừng tốn thời gian trở lại cô thôn!

Dù pháp môn nao, dù giáo môn nào
Mục đích giác ngộ, giải thoát lao đao
Chuyển hóa thức tâm, toàn Tri Kiến Phật
Sáng soi mặt trời! Tĩnh lặng làm sao!

The Way Back To The Source

Eighty-four thousand Dharma doors illuminate the path for sentient beings.

The expedient means taught by the Buddha to assist practitioners in escaping from suffering.

Because karma and roots are not equivalent, neither are high and low.

Therefore, there are numerous changes and myriad transformations, all skillfully aimed at saving sentient beings according to their circumstances.

Choosing the right path quickly and easily is preferable.

The Dharma door determines how quickly or slowly one returns to the source.

Do not spend countless lifetimes wandering in circles.

Do not waste time returning to the desolate village!

Regardless of the Dharma door, there is always a teaching to follow.

The purpose of enlightenment is liberation from suffering.

The transformation of the mind unveils the Buddha's vision and wisdom, empowering practitioners to achieve a clarity as bright as the sun and inner peace.

Tứ Thánh Đế, Thập Nhị Nhân Duyên
Cả, Ba Bảy Phẩm Trợ Đạo, đòi hỏi thật chân chuyên
Thiền: Chỉ, Quán, Giảo Môn, cùng hỏi rắc rối
Quán, Chỉ, thái quá, nên chưa tròn viên

Tu theo: Tứ Thánh Đế
Tu Thiền: "Chỉ" (Chứng Thanh Văn Thừa)
　　Muốn xả Thọ, tưởng nên nhiếp Lục Căn
　　Dứt tư tưởng. Diệt cảm giác khó khăn
　　Chỉ Tịnh, vô động là chưa thấy Tánh
　　Tuy lặng bề mặt, sâu dưới còn nguyên

The Four Noble Truths and the Twelve Links of Dependent Origination

All thirty-seven Bodhipakṣa-dharmas require genuine dedication.

Meditation: Concentration, Insight, Scriptural Study, and Reasoning.

Insight, Concentration, Excess, and Incompleteness.

Practice According to the Four Noble Truths

Practice Meditation: "Concentration" (Achieving the Vehicle of the Sravakas)

If you want to let go of feelings and perceptions, you should learn to control the six senses.

Stop thinking. Release challenging emotions.

Simply being still and motionless does not equate to truly observing nature.

Although calm on the surface, it remains intact deep down.

Tu theo: Thập Nhị Nhân Duyên
Tu Thiền: "Quán" (Chứng Duyên Giác Thừa)
    Thiền Quán, đoạn diệt Nhất Niệm Vô Minh
    Quán đi, Quán lại, cũng khó viên minh
    Chỉ động, không tịnh, cũng chưa thấy Tánh
    Chân Như, niệm gì mà diệt, mà sinh?

Practice According to the Twelve Causes and Conditions

Practice Meditation: "Contemplation" (Realization of Pratyekabuddhayana)

Contemplation: Severing the Single Thought of Ignorance

After contemplating repeatedly, practitioners still find it challenging to gain clarity.

There is only movement, never stillness, and no observation of nature.

True Suchness: What thought is destroyed, and what thought is born?

Tu theo: Sáu Ba La Mật
Thiền: Chỉ, Quán đồng tu (Chứng Bồ Tát Thừa)
    Tâm vật hiệp nhất, bi, lực hy sinh
    Lục Độ, Thiền Quán, phá Vô Thủy Vô Minh
    Khi Quán, khi Chỉ sâu vào:
    Một Thức, một Trần, một Căn hay Đại
    Thất Thức chuyển thẳng, thẳng vào Bát Thức
    Ấy vậy còn chưa tự định, tự minh

    Thanh Văn, Duyên Giác phạm vi tương đối
    "Ngã, Pháp" còn chấp, luẩn quẩn, lôi thôi
    Động, Tịnh không đồng, sao hợp Diệu Tính!
    Bồ Tát còn chưa viên trọn chưa rồi

Practice according to: Six Paramitas

Meditation: Concentration, Insight together (Bodhisattva Vehicle)

Compassion and wisdom intertwine, uniting the mind and the scene.

Six Paramitas: Zen and Overcoming Beginningless Ignorance

When contemplating and focusing deeply on a subject:

One Consciousness, One Scene, One Sense, or Element

The Seventh Consciousness directly transforms the mind into the Eighth Consciousness.

And yet, it is neither self-concentrated nor self-illuminating.

Sravakas and Pratyekabuddhas exist within the realm of relative existence.

They continue to view the self as something to eradicate and the Dharma as a challenge to face.

Movement and stillness are distinct; therefore, they do not align with the essence of Wonderful Nature.

Bodhisattvas have not yet perfected their understanding.

Tổ Sư Thiền
Tham Thoại Đầu - Công Án (Vô Tu, Vô Chứng)
   Không vật, không tâm, dứt sạch nghiệp sâu
   Thiền tham Công Án, hay tham Thoại Đầu
   "Phật Thừa," Chân Như là đây tuyệt đối
   Viên mãn thật tưởng, vô chứng, vô cầu

   Chẳng pháp môn nào, mà không nhiệm mầu!
   Khó, dễ, nhanh, chậm, thời gian bao lâu
   Siêng năng, chân tu một đời là đủ
   Công Án, Thoại Đầu, miên mật về mau

Zen: The Meditation of the Patriarchs

Contemplating the koan will lead the mind to a state where there is nothing to practice and nothing to realize.

The practitioner will perceive neither objects nor thoughts and will eradicate deep-seated karma.

A Zen practitioner meditates on the koan or reflects on the hua tou.

Buddhism teaches that True Suchness is always present.

The process of perfecting genuine thoughts, devoid of realization and desire, continues.

Every Dharma possesses miraculous power!

The concepts of difficulty, ease, speed, and duration are all interconnected.

If you are diligent, a single lifetime of practice is sufficient.

If you study Koan and Hua Tou diligently, you will progress quickly.

Thiền

Sống động, linh thiêng, cặp mắt Thiền
Thấu tâm, người tỉnh lẫn người điên
Thấu tim người thiện, cùng người ác
Thiện, ác, tỉnh, điên vẫn phải Thiền

Vi Diệu làm sao cái pháp Thiền
Đưa người thiện, ác khỏi truân chuyên
Đưa người mê, tỉnh sang bờ giác
Thiện, ác, có, không vẫn phải Thiền

Sống động, linh thiêng, cặp mắt hiền
Dẫn người vượt thoát khổ triền miên
Dẫn người, siêu cả không và có
Vượt cả tử sinh, thấy được Thiền

Zen

The eyes of Zen are both living and sacred.

Look into the heart; you will comprehend both the sane and the insane, as well as the hearts of both the good and the evil.

Good and evil, as well as sane and insane individuals, can still practice Zen.

How wonderful is the Zen method!

It has the power to alleviate the suffering of both good and evil individuals,

transforming the ignorant and guiding them toward the shores of enlightenment.

Regardless of whether one believes in good or evil, existence or non-existence, it is essential to practice Zen.

Lively, sacred, gentle eyes will lead

people to escape endless suffering and lead

people to overcome both beliefs in non-existence and in existence.

Those who see the essence of Zen will overcome both life and death.

Ta Là Ai Đây?
Gửi một đệ tử
Mới vào Thiền Tông ba tháng 11.21.00

    Một buổi sáng mùa Đông
    Ta đi vào Thiền Tông
    Đi để tìm tổ tông
    Xem ta từ đâu đến?
    Và ta là ai đây?
    Chợt có những hoa đốm
    Hiện đến rồi lại đi
    Rất an nhiên tự tại
    Trên nền tường trắng tinh!
    Ô! Ta chợt tỉnh ra
    Ta như tờ giấy trắng
    Nay đã nhuốm bụi rồi!

Diệu Phúc
26.10 Canh Thìn

Who Am I?

To a disciple who has just started studying Zen for three months 11.21.00

One winter morning,
I entered Zen meditation
to connect with my ancestors,
to explore my origins,
and to discover my true self.
Suddenly, flwers emerged
in the void, appearing
and disappearing in a manner
that was both peaceful and serene
against the pure white wall.
Oh! I suddenly realized that
I was like a blank sheet of
paper now covered in dust!

Diệu Phúc
26.10. The Year of the Dragon

Nếu Chính Thật Là Ta

Thân tặng Diệu Phúc

Nếu thật chính là TA
Không vào cũng không ra
Không đi cũng không đến
Không gì dính dáng TA
Nếu quả thật là TA
TA chưa hề lạ xa
Kề kề ngay đầu mũi
Cần chi tìm đâu xa?
Nếu đích thực là TA
Mà không phải vọng ma
Không tâm cũng không vật
Bụi nào nhuốm được TA?

If It Is True Me
Dedicated to Diệu Phúc

If it is really ME
No entry, no exit
No going, no coming
Nothing is related to ME
If it is really ME
ME is never a stranger
Right at the tip of the nose
Why look far?
If it is really ME
And not a false demon
Without mind, without objects
What dust can stain ME?

Sẽ Biết Đường Về

Cứ Thiền đi sẽ biết đường về
Cứ Thiền đi là hết u mê
Khi Thiền rồi không còn đau khổ
Thiền tu xong trọn vẹn muôn bề

You Will Know The Way Home

Just practice Zen, and you will discover the path home.

Just practice Zen, and you will be liberated from ignorance.

When you practice Zen, you will find relief from suffering.

When you have completed Zen practice, you will find inner peace.

Tôi Hết Để Tang Tôi
(Phổ nhạc)

Tôi để tang tôi ngay từ lúc mới ra đời
Tôi sót thương tôi khó tránh khỏi tả tỏi
Tôi biết thân tôi như làn sóng chơi-vơi
Tôi sợ cho tôi ngụp lặn mãi luân-hồi

Tôi để tang tôi ôi suốt cả cuộc đời!
Tôi lo tôi sẽ thành kẻ mồ-côi
Tôi lo mất trọn, rồi mất cả thân tôi
Tôi cố sao cho khỏi hối-tiếc kịp thời

Tôi để tang tôi từ khi mới ra đời
Tôi muốn vô-thường không khuất-phục được tôi
Tôi không muốn mất, và mất hết khỏi-khỏi...
Nên tôi là muôn loài, muôn vật tuyệt-vời

I'm Out Of Mourning For Myself
(With Music)

I have mourned for myself since the moment I was born.

I mourned the inevitability of my brokenness.

I comprehended that my body underwent a sequence of fluctuations, akin to the rise and fall of a wave.

I feared that I would be trapped in the cycle of reincarnation.

I have mourned for myself throughout my entire life!

I feared that I would become an orphan.

I feared losing everything, and then I feared losing my entire self.

I tried not to regret it over time.

I have mourned for myself since birth.

I want impermanence, not to overwhelm me.

I would rather not experience loss, as it will lead to further loss.

I aspire to embody all beings and wonderful things.

Tôi để tang tôi đã suốt cả cuộc đời
Minh-chứng liên-hồi, toàn sinh-tử ly-bôi
Giả, chân, còn, mất, toàn vọng niệm mà thôi
Đồng tính, tính đồng, tôi hết để tang tôi

Chỉ vì bản ngã, tôi phân-tích lôi-thôi
Vì vô-minh dầy, tôi nhị-biên tương-đối
Ngã, pháp, vỏ nhẽ, tôi vượt, tôi thay đổi
Dung-thông, tịnh đồng, tôi đã xả tang tôi

I have mourned for myself throughout my life.

I witnessed countless scenes of birth, death, and separation.

I realized that the false, the real, the remaining, and the lost are merely illusions of thought.

When I realized that everyone shares the same nature, I stopped mourning for myself.

Because of my ego, I tend to analyze things in a disorganized manner.

Because of my ignorance, I find myself in a dualistic relationship.

When I comprehend the mind and its objects, I have transcended; I have transformed.

With unity and purity, I have ceased mourning for myself.

Vượt

Có không đã vượt rồi
Sinh tử không còn nơi
Niết Bàn tịch tĩnh lặng
Tịnh thanh tuyệt đối, thôi!

Passing

Being and non-being have been transcended.
Birth and death are no more.
Nirvana is tranquil and serene.
Absolute purity—that's it!

Đâu Là Tịnh Độ, Niết Bàn

Điên đảo, mộng tưởng, ôi! Trường u mê
Nhị biên, tương đối phiền não, ê chề
Chấp Tịnh Độ đây, còn kia trược uế
Sâu dầy vô minh, quên lối đường về

Niết Bàn, Tịnh Độ cùng khắp người ơi!
Bởi vì tôi chưa chấp nhận mà thôi
Khi tịnh Tâm, thấy nhìn thông, thấu suốt
Còn vọng Tâm vướng mắc khắp cùng nơi

Đầy núi rác hay vùng ô uế nhất
Đây hương thơm ngào ngạt, tột cao sang
Này lâu đài, gác tía rộng thênh thang
Hỏi là chi trong nghĩa: "Đồng Nhất Thể?"

Where Is Pure Land, Nirvana

Reverse the dream, oh! This is the realm of ignorance.
Dual extremes: relatively troubled and humiliated.
Accepting the Pure Land while disregarding the impure is a profound
form of ignorance, as it leads one away from the path to peace.

Nirvana, the Pure Land, is everywhere, oh people!
I have not accepted it yet.
When the mind is pure, I see clearly and thoroughly.
The deluded mind remains trapped in every situation.

Whether it is the most polluted mountain or the filthiest area,
the most fragrant and luxurious place,
or the most spacious castle or attic,
it is all merely passing dust in the Oneness.

Tôi biết:
Tôi tự che tôi: "Của sẵn có trong nhà!"
Chỉ buông sạch thôi, là Bảo Châu chói lòa
Nhưng:
Tham, sân, si, mạn, nghi lầm lì, gan mãi
Còn:
Ái dục, danh tài như sóng cuồng điên dại!

I know that I have treasures in my home!
If I just let go, the precious gems
of insight will emerge in my mind.
However, greed, anger, ignorance, pride, and doubt
continue to disturb me, causing lust, fame, and wealth
to surge in my thoughts like tumultuous waves!

Chúc Mừng Năm Mới
(Phổ nhạc)

Chúc mừng năm mới
Chúc lành nơi nơi
Hoa nở ngập trời
Nở cả trên môi

Rượu tràn đầy vơi
ròn rã nói cười
Pháo nổ vang trời
Lòng xuân phới phới

Chúc mừng thế giới
Thanh bình vui tươi
Mừng tuổi muôn người
Thân tâm an lạc

Happy New Year
(With music)

Happy New Year!
May blessings surround you.
 Flowers bloom in the sky
and blossom on everyone's lips.

Wine spills over amidst
laughter and conversation.
Fireworks burst in the sky.
Spring is a season of joy.

Be happy, world!
Peaceful and Joyful
Happy New Year to everyone!
Peace of Mind and Body

Chùa chùa nhang tỏa
Bánh trái hương hoa
Tấp nập gần xa
Quy về lễ Phật

Dâng lòng thành chân-thật
Cầu phúc, thọ, lộc, tài
Cầu mọi sự tiêu-tai
Cầu an-khang, thịnh-vượng

Cầu duyên lành run-rủi
Cầu cứu khổ ban-vui
Cầu chấm-dứt ngậm-ngùi
Cầu buôn may, bán đắt

Temples and pagodas emit fragrant incense.
Cake, fruit, and flowers.
Busy both near and far
Return to the Worship of Buddha

Offer Sincere Hearts
Please pray for blessings, longevity, wealth, and prosperity.
Please pray for all beings to be liberated from disasters.
Pray for peace and prosperity.

Please pray for good fortune and luck.
Pray for salvation from suffering and for happiness.
Please pray for an end to sorrow.
Please pray for successful business and increased sales.

Sọc-sạch tiếng sóc sâm
Qua khói xanh lam 'trầm'
Ngắm nhìn hoa rộ nở
Xuân, lúc nào chả xuân

Xuân, Tết, xuân năm mới
Mới, mới khắp cùng nơi
Đây Thân Tâm người ơi
Chưa bao giờ không mới

Striped, clean fortune-telling sound
Through the deep blue smoke
Watching the flowers bloom.
Spring, always spring.

Spring, Tết, the season of the new year.
Newness is everywhere.
Here, my dear Body and Mind.
Never is not new.

Hanh Hương
(Phổ nhạc)

Đầu xuân đi hành hương
Nhộn nhịp vui lạ thường
Người chen hoa muôn sắc
Tà áo mầu vấn vương

Đi mười chùa hành hương
Lòng háo hức khôn lường
Cầu thật nhiều năm mới
Cho em gặp người thương

Cho mẹ cha thọ trường
Cho giầu sang chung hưởng
Cho muôn người hạnh phúc
Cho rũ sạch tai ương

Pilgrimage
(With music)

Early spring is the time for pilgrimage.
It was unusually bustling and joyful.
People gathered around vibrant flowers.
Colorful dresses linger.

I am going on a pilgrimage to visit ten temples.
The heart is filled with boundless excitement.
I am wishing for many new beginnings in the coming years.
I am going to meet my lover.

I want my parents to have a long life.
For wealth and prosperity to be shared,.
This is for the happiness of all people.
We will wash away all disasters.

Qua làn khói trầm hương
Phật vần nét xả buông
Đấng đại-bi, đại-giác
Bình-thản đang làm gương

Chợt lòng em trùng xuống
Ngấn lệ vương như sương
Thề kiên trì theo gót
Đấng chan hòa thái dương

Em học hạnh xả buông
Từ bi trong mọi đường
Thanh tịnh tâm tuyệt đối
Em khác gì hoa hương

Through the incense smoke
Buddha embodies the principle of letting go.
The Great Compassionate One, the Great Enlightened One
Calmly Setting an Example

Suddenly, my heart sinks.
Tears fall like morning dew.
I vow to persevere in my commitment to follow through.
The sun of the World-Honored One shines brightly.

I have learned the virtue of letting go.
Compassion in Every Form
Absolutely pure of heart.
I am no different from flowers and their fragrance.

Ngân nhẹ nghe hồi chuông
Còn gì đâu vô thường
Động tịnh cùng nghe thế
Hành hương hòa muôn phương

Lightly listening to the sound of the bell ringing.
There is nothing more transient.
Listen to both movement and stillness.
Pilgrimage Toward Harmony in All Directions

Tri Ân

Tập thơ tuy bé nhỏ
Công lao thật vô bờ
Bao nhiêu người đóng góp
Giờ đây có tập thơ

Con chắp tay quỳ gối
Cảm tạ cùng tri ân
Con tạ mọi ân nhân
Hộ pháp muôn ngàn lối

Tạ Phật, Tổ mười phương
Đại Bi Tâm khôn lường
Tạ Chư Tôn Giáo Phẩm
Chư Tăng, Ni kính thương

Gratitude

Although the collection of poems is brief,
The effort to create this collection of poems is limitless.
So many individuals contributed.
Now, there is a collection of poems.

I clasp my hands and kneel.
Thank you for expressing my gratitude.
I would like to express my gratitude to all the benefactors.
They serve as protectors of the Dharma in countless ways.

Thank you, Buddha, and the Patriarchs of the Ten Directions.
Great Compassionate Heart is immeasurable.
Thank You to the Esteemed Religious Leaders
Respected and esteemed monks and nuns

Giáng bút tựa hoa hương
Khích lệ con mọi đường
Lòng từ bi vô lượng
Con lạy tạ, tán dương

Chẳng quản công gian nan
Dạ ngát như ngọc lan
Bạn bè và Cư Sĩ
Toàn những tấm lòng vàng

Cùng Phật Tử xa, gần
Phúc đức thật khôn ngần
Của, công cao như núi
Xin tạc dạ, ghi ân

The pen is akin to flowers and incense.
Please encourage me in every possible way.
Boundless Compassion
I bow in gratitude and praise.

Your help crosses the hardships.
Your help is as fragrant as magnolia blossoms.
Friends and laypersons
Everyone has a heart of gold.

To Buddhists near and far
Blessings are truly immeasurable.
Property and merit are as lofty as mountains.
I engrave gratitude in my heart.

Lời Cảm Tạ

Xin chân thành tri ân Quý Hòa Thượng, Thượng Tọa, Đại Đức, Tăng Ni ùng quý Phật Tử đã phát tâm bảo trợ bằng mọi hình thức cho cuốn sách này.

Acknowledgements

We would like to express our sincere gratitude to the Venerables and lay Buddhists who have generously sponsored this book in various forms.

MỤC LỤC

Lời Giới Thiệu	6
Xin Tha Thứ	10
Sám Hối	12
Phật Giáo Kỳ	14
Lối Về Nguồn	18
Tại Sao Bồ Đề Đạt Ma Đến Từ Thiên Trúc	22
Đóa Ưu Đàm	24
Phật Thừa	26
Niệm Phật	30
Tụng Kinh	34
Trì Chú	38
Lễ Sám Hối	42
Chân Sám Hối	46
Thọ Bát Quan Trai	50
Cúng Dường	54
Công Quả	58
Hằng Nga Vẫn Đây Chờ	62
Thiền Chấp Tác	66
Tình Thương Chân Thật	70
Buông Xả Tuyệt Đối Là Tuyệt Đối	74
Bỏ Chấp, Trụ Là Tuyệt Đối	78
Tọa Thiền	82
Ta Là?	90
Thiền Thơ Không Tên	94
Không Tên Hay Có Tên	96

TABLE OF CONTENTS

Introduction	7
Please Forgive Me	11
Repentance	13
Buddhist Flag	15
The Way Back To The Source	19
Why Bodhidharma Came From India	23
Udumbara Flower	25
The Buddha Vehicle	27
Reciting Buddha's Name	31
Reciting Sutra	35
Chanting Mantra	39
Ritual Of Repentance	43
Truly Repentance	47
Obtaining The Eight Precepts	51
Offering	55
Volunteer Work	59
The Moon Is Still Here, Waiting	63
Meditation On Work	67
True Love	71
The Complete Act Of Letting Go Embodies Absolute Freedom	75
Leaving The Attachment Is Entering The Absolute	79
Sitting Meditation	83
I Am?	91
Untitled Zen Poem	95
Labeled Or Unlabeled?	97

MỤC LỤC

Hoa Thơ	98
Tổ Sư Thiền	100
Vô Thỉ, Vô Sinh	102
Năng Lực Vi Diệu	104
Nụ Cười	108
Nghe Chăng Ai	110
Phật	114
Bàn Tay Vi Diệu	116
Ánh Mắt Nào?	118
Tuyệt Đối	122
Viếng Mộ	124
Gươm Bát Nhã	126
Bước Chân Ai	130
Ai?	132
Nụ Cười Di Lặc	136
Biết	138
Thật Không?	140
Ánh Thái Dương	142
Tia Nắng Lên	144
Trời Mưa Hay Người Mưa	146
Vầng Trăng Huyền Diệu	148
Tuyệt Đối	150
Chiếu Soi	152
Tự Tại	154
Vô Thường	158
Cánh Buồm Bạt Gió "Đời"	160

TABLE OF CONTENTS

Flower Of Poetry	99
Patriarch Zen	101
Beginningless And Birthless	103
Miraculous Power	105
A Smile	109
Is Anyone Listening?	111
Buddha	115
Miracle Hand	117
Which Eye?	119
The Absolute	123
Visiting A Grave	125
Sword Of Prajna	127
Whose Footsteps	131
Who?	133
Smile Of Maitreya	137
Being Aware	139
Really?	141
Sunlight	143
The Sun Is Rising	145
Rain From The Sky Or Humanity?	147
The Magical Moon	149
The Absolute	151
Shining	153
Live freely	155
Impermanence	159
Sails Catch The Wind (In World)	161

MỤC LỤC

Cánh Buồm "Đạo"	162
Dâng Hoa	164
Thắc Mắc	166
Thật Nghĩa Đản Sinh	168
Mừng Phật Đản Sinh	170
Mừng Phật Thành Đạo	176
Tắm Phật	182
Phật Nhập Diệt	184
Chân Sư	186
Tìm Kiếm Minh Sư	190
Hành Hạ Hay Từ Bi	192
Có Phải Sư?	194
Chính Thật Sư	196
Tu	198
Ngộ	200
Đạo	204
Hoa Vũ Trụ	206
Tù Hay Không Tù?	208
Vũ Trụ Cột Trói	214
Chủ Vũ Trụ	216
Tiếng Chim Hót	218
Chính Thiền	222
The Three Pillars Of Zen	224
Roshi Philip Kapleau	226
Sensei Bodhin	228
Bồ Đề Tâm	230

TABLE OF CONTENTS

Sails Catch The Wind (In Dharma)	163
Offering Flowers	165
Question	167
True Meaning Of Buddha's Birthday	169
Celebrate Buddha's Birth	171
Celebration Of Buddha's Enlightenment	177
Bathing The Buddha	183
Buddha's Gone	185
True Master	187
Search For A Master	191
Torture Or Compassion	193
Is That Person A Monk?	195
True Master	197
Cultivation	199
Enlightenment	201
The Way	205
Flower Of The Universe	207
Prison Or No Prison?	209
Who Is The Universe Bound By?	215
Owner Of The Universe	217
Bird Singing	219
True Zen	223
The Three Pillars Of Zen	225
Roshi Philip Kapleau	227
Sensei Bodhin	229
Bodhi Heart	231

MỤC LỤC

Tỉnh Mộng Đi Thôi, Trở Về Nguồn	232
Ai Đứng Đây	236
Vu Lan	238
Thắng Hội Vu Lan	244
Trọn Vẹn Vu Lan	248
Cha	252
Mẹ	254
Người Là Ai?	260
Thấy Nghe	268
Cực Lạc Thế Giới	270
Vũ Trụ Là Ta	274
Vi Diệu	276
Tâm Bồ Đề	280
Hết Lôi Thôi	282
Chẳng Rời	284
Không Nhà	286
Tịnh Khẩu	288
Tiếng Khóc Than	292
Lễ Tạ Ơn	294
Ân Nghĩa	298
Bồ Tát Thí Thân	300
Linh Tâm	302
Cảm Đề	304
Giới Thiệu Thi Tập Của Tịnh Liên	308
Đề Bạt	310
Mấy Lời	312

TABLE OF CONTENTS

Wake Up And Return To The Source	233
Who Is Standing Here?	237
Vu Lan	239
The Vu Lan Festival	245
The Full Meaning Of Vu Lan	249
Father	253
Mother	255
Who Are You?	261
Seeing Ang Hearing	269
World Of Superior Bliss	271
The Universe Is Me	275
Miraculous	277
Bodhi Heart	281
Out Of Trouble	283
Never Leaving	285
Homeless	287
Keeping Silent	289
Crying	293
Thanksgiving	295
Live With Integrity	299
Bodhisattvas Give Away Their Bodies	301
Spirit	303
Writing From Empathy	305
Introduction To The Poetry Collection By Tịnh Liên	309
Introduction	311
A Few Words	313

MỤC LỤC

Đường Giác Ta Đi	314
Thiền Thơ Không Tên hay Cùng Vầng Trăng Soi	316
Ánh Mắt Nào	316
Duyên Thắm Đạo	318
Duyên Thắm Đạo	320
Cảm Nhận Đề Tựa	342
Lưu Chuyển	348
Khái Niệm Thiền Thơ Không Tên	352
Cảm Thơ	356
Trọn Vẹn Bước Chân	360
Sư Tử Hống	362
Cảm Nghĩ về Thiền Thơ Không Tên của Sư Cô Chân Thiền	364
Tu	368
Cảm Thơ	372
Thơ Và Thiền	376
Đại Lộ Chiều Mơ	378
Khất Sĩ Từ Bi	384
Ai Giàu Đây?	390
Giới (I)	392
Không Trì Giới	394
Sự Thật Phũ Phàng	398
Hành Khất Không Nhà	402
Tập Khí	406
Sạch Cả Ngoài Trong	410
Lười	412
Ngạo Mạn	414

TABLE OF CONTENTS

We Walk On The Path Of Enlightenment	315
Untitled Zen Poems or With The Moon Shining	317
Those Eyes	317
The Chance To Live The Way	319
The Chance To Live The Way	321
The Compassionate Foreword	343
Flowing	349
A Concept: Untitled Zen Poetry	353
Touched While Reading Poetry	357
Footsteps Of Complete Awakening	361
Lion's Roar	363
Thoughts on Venerable Nun Chân Thiền's Untitled Zen Poetry	365
Practice	369
Emotional while reading poetry	373
Poetry And Zen	377
The Avenue Of Open Afternoon	379
Compassionate Mendicant	385
Who Is Rich?	391
Precepts (I)	393
Breaking The Precepts	395
The Hard Truth	399
A Homeless Beggar	403
Bad Habits	407
Clean Inside And Outside	411
Lazy	413
Arrogant	415

MỤC LỤC

Sân Si (I)	416
Sân Si (II)	418
Độc Ác	422
Giả Dối	424
Khoe Khoang	426
Nịnh Hót	428
Biết Gì	432
Nói Xấu	434
Đạo Đức Hay Vô Đạo Đức	438
Vờ Vịnh Giả Dối	440
Hỷ Xả (Tha Thứ)	444
Lần Bước Về Nhà	448
Phản Bội	452
Giọt Nước Mắt	456
Thâm Hiểm	462
Bệnh Hà Tiện	464
Tự Ấn Chứng	466
Nhân Quả	468
Siêng Năng	470
Siêng Năng	472
Ta Và Người	474
Vượt Nhị Biên	478
Phá Ngã Chấp	482
Đàn Ông, Đàn Bà	484
Con Lừa Ôm Hòm Sắc	488
Sinh Nhật	490

TABLE OF CONTENTS

Anger (I)	417
Anger (II)	419
Evil	423
Fake	425
Boasting	427
Flattery	429
Knowing What	433
Bad Mouthing	435
Morality	439
Deception	441
Forgiving	445
The Walk Home	449
Betraying	453
Tears	457
Furtively	463
Stinginess Disease	465
You Believe You Are Enlightened	467
Cause And Effect	469
Diligence	471
Diligence	473
Me And Others	475
Beyond The Two Extremes	479
Breaking The Attachment To Ego	483
Men, Women	485
The Donkey Carrying The Royal Box	489
Birthday	491

MỤC LỤC

Sinh Nhật	492
Báo Hiếu Ngược	494
Bỏ	496
Mừng Thượng Thọ	500
Mừng Thượng Thọ	504
Vô Lượng Thọ	506
Đám Cưới	508
Chết	512
Đám Ma	514
Điếu Văn Đám Ma	516
Điếu Văn Đám Ma	518
Điếu Văn Sư Phụ Thích Duy Lực	520
Điếu Văn Bác Tịnh Liên Nghiêm Xuân Hồng	522
Sao Vĩnh Biệt?	524
Cùng Một Vầng Trăng	526
Nghề Nghiệp	528
Cành Hoa Vẫn Đấy	532
Đóa Hoa Mầu Nhiệm	534
Chấp Không Nói Là Thiền	538
Siêu Việt Hoa	542
Toàn Chân Liên	544
Chăng, Chăng Là?	546
Ồ Vẫn Thế	548
Quảng Khoái Là Ai	550
Từ Tâm, Thanh Tâm	552
Thien Biến Vạn Hóa	554

TABLE OF CONTENTS

Birthday	493
Reverse Filial Piety	495
Let Go	497
Happy Long Age	501
Happy Long Age	505
Endless Longevity	507
Wedding	509
Death	513
Funeral	515
Funeral Oration	517
Funeral Oration	519
Funeral Oration To Master Thích Duy Lực	521
Eulogy To Tịnh Liên Nghiêm Xuân Hồng	523
Why Is It Called Goodbye?	525
Seeing The Same Moon	527
A Career	529
The Flower Is Still There	533
Mysterious Flower	535
Do Not Assume That Silence Equates To Zen	539
Superior Flower	543
Toàn Chân Liên	545
Is That So?	547
It's Still Unchanged	549
Who Is Quảng Khoái	551
Từ Tâm, Thanh Tâm	553
A Thousand Changes, Ten Thousand Transformations	555

MỤC LỤC

Hoa Bất Diệt	556
Giọt Sương Nhiệm Mầu	558
Vi Diệu Tay Ai	560
Mười Hai Tạng Kinh	562
Toàn Minh	564
Lối Về Nguồn	566
Thiền	576
Ta Là Ai Đây?	578
Nếu Chính Thật Là Ta	580
Sẽ Biết Đường Về	582
Tôi Hết Để Tang Tôi	584
Vượt	588
Đâu Là Tịnh Độ, Niết Bàn	590
Chúc Mừng Năm Mới	594
Hanh Hương	600
Tri Ân	606
Lời Cảm Tạ	610

TABLE OF CONTENTS

Immortal Flower	557
Mysterious Dew Drops	559
Miraculous Hands	561
The Twelve Divisions Of The Scriptures	563
Toàn Minh	565
The Way Back To The Source	567
Zen	577
Who Am I?	579
If It Is True Me	581
You Will Know The Way Home	583
I'm Out Of Mourning For Myself	585
Passing	589
Where Is Pure Land, Nirvana	591
Happy New Year	595
Pilgrimage	601
Gratitude	607
Acknowledgements	611

www.ingramcontent.com/pod-product-compliance
Lightning Source LLC
LaVergne TN
LVHW041736060526
838201LV00046B/825